चीपर बाय दी डझन

लेखक
फ्रँक बंकर गिलब्रेथ (ज्यु.),
अर्नेस्टाइन गिलब्रेथ कॅरे

अनुवाद
मंगला निगुडकर

D9900442

मेहता पब्लिशिंग हाऊस

CHEAPER BY THE DOZEN by FRANK BUNKER GILBRETH (JR.),
ERNESTINE GILBRETH CAREY
Translated into Marathi Language by Mangala Nigudkar

चीपर बाय दी डझन / अनुवादित कादंबरी

© सुमेधा फडणीस
फ्लॅट नं. सी-६०३, ६ वा मजला, क्रिस्टल गार्डन
१३४/३पी, पाषाण-बाणेर लिंक रोड, पुणे - ४११०२१.

अनुवाद : मंगला निगुडकर

मराठी अनुवादाचे व प्रकाशनाचे हक्क मेहता पब्लिशिंग हाऊस, पुणे.

प्रकाशक : सुनील अनिल मेहता, मेहता पब्लिशिंग हाऊस,
१९४१, सदाशिव पेठ, माडीवाले कॉलनी, पुणे - ४११०३०.

मुखपृष्ठ
सजावट : सुधा मोने

प्रकाशनकाल : मार्च, १९८३ / ऑक्टोबर, १९९६ / जून, १९९९ / मे, २०००/
ऑगस्ट, २००२ / जुलै, २००४ / एप्रिल, २००७ /
जून, २००८ / नोव्हेंबर, २००९ / जून, २०११ /
ऑक्टोबर, २०१२ / सप्टेंबर, २०१३ / फेब्रुवारी, २०१५/
पुनर्मुद्रण : जून, २०१६

P Book ISBN 9788177663334
E Book ISBN 9788171615933
E Books available on : play.google.com/store/books
https://www.amazon.in/b?node=15513892031

कै. माधवराव यांस...

मनोगत

Cheaper by the dozen हे फ्रँक गिलब्रेथ या गृहस्थावर त्यांच्या एका मुलाने व मुलीने मिळून लिहिलेले पुस्तक चरित्रवजा असूनही, ते इतके मनोवेधक व मनोरंजक आहे की, पूर्ण केल्याशिवाय खाली ठेववत नाही. हे गृहस्थ व्यवसायाने इंजिनीअर! कमीत कमी वेळात जास्तीत जास्त कामे कुशलतेने कशी करावीत, यावर ते संशोधन करत व त्याचे आपल्या मुलांवर प्रयोगही करून पाहत. खास वेळ न खर्चता, स्नान करता करता, फ्रेंच भाषेच्या टेप्स ऐकवून त्यांनी मुलांना उत्तम फ्रेंच बोलायला शिकवले होते. असे अनेक प्रयोग त्यांनी आपल्या मुलांवर केले होते. त्यांची फिल्म त्या वेळी अनेक अमेरिकन चित्रपटगृहांत दाखवली जात असे. इतके तिथल्या लोकांना त्यांच्या शिक्षणपद्धतीचे कौतुक वाटत असे.

हे पुस्तक मला फार आवडले. आपल्याकडील जास्तीत जास्त लोकांनी ते वाचावे व अमलात आणावे, असे वाटले, म्हणून मी त्याचा अनुवाद केला. 'स्त्री - किर्लोस्कर' ही मासिके भारताच्या कानाकोपऱ्यांपर्यंत पोचतात व वाचली जातात, म्हणून तो अनुवाद 'स्त्री' मासिकाकडे पाठवला, त्यांनी तो क्रमशः छापायला सुरुवात करताच अनेक ठिकाणांहून मूळ पुस्तकाची चौकशी करणारी पत्रे येऊ लागली. एवढेच नव्हे, तर फ्रँक गिलब्रेथच्या पद्धती वापरून आपण आपल्या मुलांना शिकवणे सुरू केल्याचेही काहींनी कळविले.

मेहता पब्लिशिंग हाऊस यांनी या पुस्तकाची दुसरी आवृत्ती छापल्याबद्दल मी त्यांची आभारी आहे. आता लोकांना हे पुस्तक सहज उपलब्ध झाल्याने त्याचा फायदा करून घेता येईल.

या पुस्तकाचा अनुवाद करताना ज्यांची मदत झाली, त्यांची मी आभारी आहे. व्यक्तिशः आभार मानणे शक्य नाही व योग्य नाही, म्हणून इथेच थांबते.

– मंगला निगुडकर

एक

आमचे डॅडी उंचेपुरे, धिप्पाड गृहस्थ होते. वयाची तिशी ओलांडायच्या आतच त्यांचे वजन दोनशे पौंडांची मर्यादा ओलांडून गेले होते आणि कधीकधी तर त्यांना आपले वजन मोजण्याकरता चक्क रेल्वेस्थानकावरच्या तोलकाट्याची मदत घ्यावी लागे. बाकी ते जाडजूड असले तरी बेढब नव्हते. त्यांच्या चालण्या-वागण्यात रुबाब असे. आपल्या धंद्यातल्या यशाचा तसेच आपले कुटुंबीय व पत्नी यांच्याविषयी त्यांना खूप अभिमान वाटे.

त्यांच्या धंद्यातल्या यशाचा तर प्रश्नच नव्हता. जर्मनीतील 'झीस' किंवा अमेरिकेतल्या 'पिअर्स ॲरो'सारख्या कारखान्यात ते अत्यंत सहजपणे व आत्मविश्वासाने जात. त्या भल्या मोठ्या कारखानदारांचे व त्यांच्या श्रीमंतीचे बाबांवर जरासुद्धा दडपण येत नसे. त्या कारखान्यांची उत्पादनक्षमता आपण आणखी पंचवीस टक्क्यांनी वाढवून दाखवू शकू असे ते सहजपणे सांगत आणि ते खरेही असे.

त्यांना खात्री होती की, आपण आणि लीली (आमची आई) जे काम अंगावर घेऊ ते नक्कीच उत्तम आणि यशस्वी होणार. मला वाटते म्हणूनच त्यांना आम्ही बारा मुले झालो.

डॅडी जसे बोलत तसे स्वत: वागत. त्यांची कचेरी व घर यात काही फरक नव्हताच. कचेरीतले कर्तव्यकर्म कधी संपे व घरातले कधी सुरू होई ते कळतही नसे. आम्ही मुले नेहमी त्यांच्या कचेरीत असू. ते धंद्यासाठी जेव्हा बाहेर जात तेव्हा आमच्यापैकी दोघेतिघे तरी त्यांच्याबरोबर असत. कारखानदार त्यांच्या कारखान्यातल्या कामाचा वेग व कुशलता कशी वाढेल, उत्पादन कसे वाढेल यासाठी सल्ला द्यायला डॅडींना बोलावत. अशावेळी आम्ही पण हातात पेन्सील व वही घेऊन त्यांच्याबरोबर जात असू.

माँटक्लेअरमधील आमचे घर म्हणजे कारखान्यातील व्यवस्थापनशास्त्राची शाळा असे. इथे अनावश्यक हालचाली टाळून प्रत्येक काम झटपट कसे करता येईल याचा अभ्यास चाले.

आम्ही बश्या धूत असताना किंवा इतर काम करत असताना डॅडी आमची चलत्‌चित्रे घेत आणि मग त्या कामातल्या कोणत्या क्रिया अनावश्यक होत्या त्या कशा टाळता येतील व काम झटपट कसे उरकता येईल याची चर्चा करून निर्णय घेत. घरामागील पोर्च रंगविणे, बागेतील तण काढून टाकणे इत्यादी कामासाठी आम्हाला पैसे देत. अर्थात जो कोणी हे काम कमीत कमी पैशात करायला तयार होई, त्यालाच काम मिळे. ज्याला खासगी खर्चासाठी डॅडी पैसे देत, त्या व्यतिरिक्त आणखी पैसे हवे असत तो बंद पाकिटातून डॅडींना आपल्या कामाचा दर कळवत असे. जो ते काम सर्वांत कमी रकमेवर करायला तयार होई त्याला ते काम करायला मिळे.

आमच्या न्हाणीघरात कामे व त्यांना लागणारा वेळ यांचे तक्ते असत. लिहायला येणाऱ्या प्रत्येकाने (आमच्या घरातली मुले फार लवकर लिहाय-वाचायला शिकत) आपण दात घासायला, अंघोळ करायला, केस विंचरायला, बिछाना घालायला किती वेळ घेतला हे त्या तक्त्यात लिहून ठेवायचे असा नियम होता. रात्री प्रत्येकाने आपले वजन त्यात लिहून खाली सही करायची असे. या तक्त्यात प्रार्थनेला जागा ठेवावी असे मम्मीचे मत होते; परंतु डॅडींनी ते ऐच्छिक या सदरात घातले होते.

हे सगळे अगदी लष्करी शिस्तीत चाले. पण बारा मुले वाढवायची, म्हणजे असा काहीतरी कायदा हवाच. साधे एक मूल वाढवताना किती त्रास होतो मग शिस्तीवाचून बारा मुले वाढविण्याचे काम किती कठीण गेले असते याची सहज कल्पना येईल. अर्थात, या तक्ता भरण्याच्या कामात कधीमधी लबाडी करत असू आम्ही. पण डॅडींची नजर इतकी तीक्ष्ण होती की, सत्य फार काळ त्यांच्यापासून दडवून ठेवता येत नसे.

घरी असो की ऑफिसात असो, डॅडींच्या डोक्यात प्रत्येक कामातला वेळ कसा वाचवता येईल व कौशल्य कसे वाढवता येईल हाच विचार असायचा व त्या विचारांप्रमाणेच ते वागायचे. आपल्या शर्टाची किंवा कोटाची बटणे गळ्यापासून खालपर्यंत लावण्याऐवजी ते खालूनच सुरुवात करून गळ्यापर्यंत येत. कारण यामुळे चार सेकंदांएवढा वेळ वाचतो असे त्यांचे म्हणणे होते. एकदा त्यांनी दोन्ही हातांनी दाढी करण्याचा प्रयोगही करून पाहिला होता. यामुळे साबणाचा फेस लावण्यातील १७ सेकंद वाचत होते. दोन पाती चालविण्याने ४० सेकंद वाचत असतानाही त्यांनी हा उपक्रम सोडून दिला, कारण दोन्ही हातांनी पाती चालवायला

लागल्यावर जी जखम झाली, तिला मलमपट्टी करण्यात दोन मिनिटे म्हणजे तब्बल १२० सेकंद वाया गेले होते. जखम झाल्याचे त्यांना दुःख नव्हते, पण दोन मिनिटे फुकट गेली होती.

लोक चेष्टा करत की, इतकी मुले असल्यामुळे डॅडींना त्यांच्यावर नीट लक्षही ठेवता येत नाही. स्वतः डॅडी आम्हाला याविषयी एक मजेदार गोष्ट सांगत.

एकदा मम्मी आम्हाला डॅडींवर सोपवून कुठेतरी भाषण देण्यासाठी गेली. तिथून परतल्यावर तिने आम्ही कुणी डॅडींना त्रास तर नाही ना दिला अशी चौकशी केली.

"फारसा नाही. फक्त त्या पलीकडे बसलेल्या स्वारीने दिला. पण दोन मुस्कटात दिल्यावर आला सरळ." डॅडी म्हणाले.

"अहो, पण तो मुलगा आपला नाही. शेजाऱ्यांचा आहे—" आईने सांगितले.

खरे म्हणजे आम्हा कुणालाच हा प्रसंग आठवत नाही. कदाचित असे काही घडलेही नसेल, पण आमचे डॅडी खूप विनोदी होते. मम्मीची किंवा स्वतःची चेष्टा करायला त्यांना आवडत असे. अर्थात एक गोष्ट सत्य आहे की, आम्हा सर्व भावंडांचे केस पिवळटसर, तांबूस होते आणि शेजाऱ्यांच्या मुलांचेही तस्सेच होते. त्यामुळे असा घोटाळा एखादेवेळी झालाही असेल.

घरी आमच्या वागण्या-सवरण्याच्या बाबतीत डॅडी कडक होते. तरी बाहेरच्यांनी आमच्यावर टीका केलेली त्यांना मुळीच चालायची नाही. ते आमची बाजू घेऊन त्यांना बोलत. पण घरी आल्यावर मात्र आमचे कोर्ट भरवून शेजाऱ्यांशी गैरवर्तन केलेल्या मुलांना जरूर शिक्षा करत.

डॅडी माणूसप्रेमी होते. त्यातल्या त्यात त्यांना मुले फार आवडत. जातील तेथे मुले त्यांच्याभोवती गोळा होत. ते मुलांना अगदी मानाने वागवत, मुलांनी चौकसपणा केलेला त्यांना आवडे. त्यामुळे मुलांच्या ज्ञानात भर पडते असे त्यांचे मत होते.

मला वाटते, लहान मुलांविषयीच्या अतीव आवडीमुळेच त्यांनी स्वतःला बारा मुले होऊ दिली.

ते कधीमधी मम्मीला चेष्टेने म्हणायचे, 'आपल्याला आणखी चारदोन मुले झाली असती तर चालले असते, नाही?'

मला वाटते की, आपली आज्ञा पाळायला व आपले ऐकून घ्यायला भरपूर श्रोते हवेत म्हणून डॅडींनी कुटुंब एवढे मोठे वाढवले. आम्ही सर्वजण घरात असलो की, घर कसे भरून जायचे.

डॅडी फिरतीवरून आले (मग ती एक दिवसाचीच का असेना) की, कंपाउंडात शिरताना एक ठरावीक सुरांची शीळ घालत. हे सूर त्यांनी स्वतः रचलेले होते. वरच्या दातांच्या मागे जिभेला मुरड घालून ते ही शीळ वाजवत.

ही शीळ वाजली की, आम्ही हातात असेल ते काम टाकून धावत दिवाणखान्यात गेले पाहिजे असा दंडक होता. हा दंडक मोडल्यास त्याचे परिणाम भोगावे लागत. शिळेच्या पहिल्या सुराबरोबर घराच्या कानाकोपऱ्यांतून गिलब्रेथ कुटुंब धावत येई. शेजारपाजारची कुत्री भुंकायला लागत आणि शेजारच्या खिडक्यादारांतून चेहरे डोकावू लागत.

असली शीळ डॅडी पुष्कळ वेळा वाजवत. जेव्हा सबंध कुटुंबाला एखादी महत्त्वाची सूचना किंवा निवेदन करायचे असे, तेव्हा अशी शीळ वाजे. कधीकधी तर डॅडींना अगदी कंटाळा आलेला असे व आपल्या अपत्यांबरोबर गमतीने वेळ घालवावा असे वाटे. तेव्हाही डॅडी अशी शीळ घालत. आपले तेरा माणसांचे कुटुंब किती थोड्या वेळात एकत्र जमू शकते हे पाहुण्यांना दाखवण्याच्या उद्देशाने पण शीळ वाजे. अशावेळी डॅडींच्या खिशात स्टॉप वॉच असायचे.

डॅडींच्या असल्या काही कल्पनांना खूप अर्थ असे. एकदा बागेतला पालापाचोळा जाळून टाकला जात असताना, त्याच्या ज्वाळा आवाक्याबाहेर पसरल्या आणि घराच्या जवळपर्यंत आल्या, डॅडींच्या शिळेसरशी चौदा सेकंदांत घर खाली करून आम्ही सर्वजण बाहेर आलो व आगीच्या बंबाच्या मदतीवाचून आग विझवली.

कधीकधी तर डॅडींच्या टेबलावर शाई सांडली, त्यांचे रेझर कुणी घेतले हे विचारण्यासाठीही ते शीळ वाजवत. एखाद्या वेळी आम्हाला बक्षिसे वाटण्यासाठी ते शीळ घालून बोलवत आणि मग जो त्यांच्यापाशी आधी पोहोचे त्याला सर्वांत मोठे, चांगले बक्षीस मिळे.

त्यांची शीळ वाजली की, ती आनंदाची बातमी देण्याकरता आहे का रागावून घेण्याकरता आहे याचा काही उलगडा होत नसे. पण काही असले तरी तेथे वेळेवर पोहचलेच पाहिजे एवढे मात्र आम्हाला माहीत होते.

एखाद्या वेळी धडाधडा उड्या मारत आम्ही त्यांच्यापाशी जाऊन पोहोचावे, तर डॅडी अगदी रागीट चेहरा करून उभे असत.

'आधी मला सर्वजण आपापली नखं दाखवा. नखं नीट कापली आहेत? स्वच्छ केलेली आहेत? कुणाला दातांनी नखं कुरतडायची सवय नाही ना?' ते मोठ्याने ओरडून विचारायचे व मग नखं कापून त्याला नीट आकार देणारी नेलकटर्स हळूच खिशातून ते बाहेर काढत व मुलांना देत. मुलांसाठी खिशात ठेवण्याचे चाकू आणलेले असायचे. ते देताना डॅडींच्या चेहऱ्यावरचा उग्रपणा मावळून ते हसतमुख दिसायचे. अशावेळी ते आम्हाला फार आवडायचे.

कधीकधी गंभीर चेहरा करून आमच्याशी हस्तांदोलन करता करता आमच्या हातात एकेक चॉकलेट बार किंवा सुरेख पेन्सील देत.

एकदा डॅडींनी आम्हा सर्वांना बक्षीस म्हणून दोन मेंढ्या आणल्या होत्या. गवत

खाऊन आमचे कंपाउंड त्या स्वच्छ ठेवतील या विचाराने त्या आणल्या होत्या. आणल्यापासून आम्ही प्रत्येकाने त्यांच्या अंगावरची लोकर इतक्या वेळा कापली, त्यांना एकसारखे खायला घालून त्यांचे इतके लाड केले आणि त्यांच्या शेपट्या ओढून, त्यांच्यावर बसून त्यांना इतके हैराण केले की, थोड्याच दिवसांत त्या मेल्या बिचाऱ्या.

त्यानंतर आमच्यासाठी डॅडींनी कधी कोणता प्राणी पाळायला घरी आणला नाही.

"किती सेकंदांत तुम्ही आलात पाहू बरे?" असे म्हणून एकदा त्यांनी आम्हा सर्वांना घड्याळे वाटली. अगदी दीड महिन्याच्या जॅकलासुद्धा घड्याळ मिळाले होते.

डॅडी जेव्हा फिरतीवरून येत, तेव्हा आम्ही त्यांच्या गळ्यात पडून आम्हाला त्यांची किती आठवण येत होती, घर किती सुनेसुने वाटत होते ते सांगत असू. ते ऐकले की त्यांना गहिवरून यायचे. बोलताही यायचे नाही. मग आमच्या पृष्ठभागावर एकेक चापट मारून ते आम्हाला बाहेर पिटाळत व हळूच खिशातून रुमाल काढून डोळे पुसत.

पिअर्स ॲरो - आमची गाडी

आता आम्ही ज्या घरात राहतो, ते घेताना डॅडींनी त्या घराचे आमच्यापुढे जे वर्णन केले, त्यामुळे आम्ही बरेच नाराज झालो होतो. ते म्हणाले होते, 'हे पाहा, एवढा मोठा संसार चालवायचा, म्हणजे मोठं कठीण आणि खर्चाचं काम आहे. अन्न, वस्त्र, डॉक्टरची बिलं, तुमच्या हौसामौजा यामुळे मी अगदी रंक होतो. त्यामुळे या घरापेक्षा जास्त चांगलं घर घेणं मला काही परवडणार नाही, तेव्हा हेच घर नीटनेटकं सजवून आपण गोड मानून घ्यायचं.'

त्यावेळी आम्ही ऱ्होड आयलंडमधील प्रॉव्हिडेन्स या भागात राहत होतो. तिथून मॉंटक्लेअरपर्यंत जात असताना वाटेत दिसेल त्या मोडक्यातोडक्या घराकडे बोट दाखवून डॅडी म्हणत, 'आपण घेणार आहो ते घर जवळजवळ असंच आहे. फक्त त्याची दारंखिडक्या याच्यापेक्षा जास्त मोडलेल्या आहेत आणि अंगण लहान आहे!'

मॉंटक्लेअरमध्ये आम्ही शिरल्यानंतर त्यांनी त्या गावातील अगदी बकाल वस्तीतून गाडी घेतली व एका ओसाड घरापुढे थांबवली. या घरात राहायला भुतेसुद्धा तयार झाली नसती.

"चला उतरा खाली, आलं आपलं घर," डॅडी बोलले.

"तुम्ही आमची चेष्टा करताय. खरं ना?" मम्मीने आशेने विचारले.

"चेष्टा कसली आली आहे? हेच आपलं घर. का? आवडलं नाही?"

“तुम्हाला आवडलं असेल तर आम्हालाही पसंत आहे.” मम्मीने नेहमीप्रमाणे डॅडींना पाठिंबा दिला.

“शी! हे काय घर झालं? ही तर झोपडपट्टी!” अर्नेस्टाइनने आपले मत सांगितले.

“मी आपल्या मम्मीशी बोलत होतो, बाईसाहेब! आपलं मत मी विचारलं नव्हतं. आपण आमच्या संभाषणात मधेमधे नाही बोलला तरी चालेल.” डॅडींनी अर्नला चापले.

अर्नेस्टाइन ते घर पाहून इतकी नाराज झाली की, तिने सरळ सांगितले, “तुम्ही खुशाल आनंदानं राहा या घरात, पण काय वाटेल ते झालं तरी मी नाही राहणार इथे.”

“मला कोणी लाख डॉलर्स दिले तरी मी पण नाही राहणार–” मार्थाने अर्नची री ओढत म्हटले.

मम्मी त्यांना दटावून म्हणाली, “शू! गप्प बसा. तुमच्या डॅडींना तुमच्यापेक्षा जास्त कळतं. आपण या घराला छानसा रंग दिला, त्याची दुरुस्ती केली, साफसफाई केली म्हणजे चांगलं दिसेल हे घर.”

पण छोटी लिलियन तर रडायला लागली, इथे नाही राहायचे म्हणून.

हे सर्व चालू असताना डॅडी आपले खिसे चाचपत होते. शेवटी खिशातून एक कागद काढून ते म्हणाले, “अरेच्या! आपण चुकीच्या ठिकाणी आलो वाटतं! चला रे पोरांनो, चढा गाडीत.”

आणि मग त्यांनी आम्हाला ‘६८ ईगल रॉक वे’ या दुमजली बंगल्यापाशी आणले. या बंगल्यात चौदा खोल्या होत्या. मागे दुमजली कोठार होते. कोंबड्या ठेवायला जागा होती. बागेत द्राक्षांचे वेल, गुलाबाची झाडे व इतर फळझाडे होती. मागच्या घराच्या तुलनेने हा बंगला आम्हाला भारतातल्या ताजमहालासारखा वाटला. पण मग एक शंका आली की, डॅडी मघासारखे करतील. ‘अरेच्या! पत्ता चुकला वाटतं. हे नाही हं आपलं घर!’ असे म्हणतील.

पण डॅडी म्हणाले, “मुलांनो, तुम्हाला मी प्रथमच इथे आणलं असतं ना, तर या घरातही तुम्हाला दोष दिसले असते. कदाचित, हा बंगला तुम्हाला पसंतही पडला नसता. पण आधी आपण ते घर पाहिलं, तेव्हा तुम्हाला हे ताजमहालासारखं वाटलं. कळलं ना?”

आम्हाला अगदी छान कळले होते.

आम्ही या बंगल्यात राहायला आलो त्याआधी वर्षभर डॅडींनी गाडी घेतली होती. आमची ती पहिलीच गाडी होती आणि त्या काळात गाडी म्हणजे नवलाईची वस्तू होती.

गाडी घरी आणली तीसुद्धा आम्हाला विस्मयाचा धक्का देऊनच. आपण गाडी घेणार असल्याचे डॅडी चुकूनसुद्धा बोलले नाहीत. एकदा त्यांनी आम्हा सर्वांना फिरायला नेले. फिरत फिरत आम्ही एका गॅरेजपाशी आलो. तिथे आमची गाडी आम्हाला घरी न्यायला तयार ठेवली होती.

वास्तविक, डॅडी यंत्रज्ञ होते. गुंतागुंतीची यंत्रे परत निराळ्या प्रकाराने जोडून, ते यंत्र चालवायला लागणारे मानवी श्रम कमी कसे करता येतील हे पाहणे हाच तर त्यांचा व्यवसाय होता. पण कसे कोण जाणे, त्यांना स्वत:च्या मोटारीची रचना सुधारता आली नाही. ही आमची गाडी राखी रंगाची 'पिअर्स ॲरो' होती. तिला साधे दोन व विजेचा एक असे तीन कर्णे होते. कुणाला बाजूला सारायची सूचना द्यायची असली की डॅडी हे तिन्ही कर्णे एकदम वाजवायचे.

इंजीनवर मोठे चौकोनी आकाराचे झाकण होते. थंडीच्या दिवसांत हे झाकण उघडून आतले पेट कॉक गरम करावे तेव्हा गाडी चालू होई. फार थंडी असली म्हणजे पेट कॉक गरम करता करता पुरेवाट व्हायची.

कारखान्यात गेल्या वेळी ही गाडी पाहून डॅडी तिच्या प्रेमातच पडले. पण त्यांचे हे प्रेम एकतर्फी होते. डॅडींनी आमच्या या गाडीचे नाव 'खुळाबाई' ठेवले होते.

ही खुळाबाई, बॉनेट उघडून डॅडी दुरुस्तीसाठी आत डोकावायला लागले की, त्यांच्या तोंडावर आतले तेल उडवायची, डॅडींनी ब्रेक लावायचा प्रयत्न केला की, किंचाळायची, विचित्र आवाज काढायची आणि गिअर बदलताना कर्कश खरखराट करायची.

खरे म्हणजे डॅडी खूप जोरात गाडी चालवायचे. पण नीट चालवायचे नाहीत. वेगाने गाडी चालवून ते नेहमी मम्मीला घाबरवून टाकायचे. ती पुढच्या सीटवर त्यांच्या शेजारी बसायची. तिच्या मांडीवर आमची लहान भावंडे असत. डॅडी जोरात गाडी चालवू लागले की, मम्मी डोळे गच्च मिटून घ्यायची आणि अधूनमधून डॅडींचा दंड पकडून ठेवायची. गाडी वळणाशी आली की, ती अक्षरश: शरीराची ढाल करून आपल्या जवळची मुले सांभाळायची. तिला वाटे, आता आपण मरणार किंवा जन्माचे पंगू होऊन बसणार!

'जरा हळू, जरा बेतानं' असे ती सांगायची, पण डॅडींच्या कानी ते कितपत जाई कोण जाणे!

या आमच्या 'खुळाबाईचे' स्टिअरिंग उजव्या बाजूला असल्याने मम्मीच्या डाव्या बाजूला बसणाऱ्या मुलाने आपल्या पुढच्या गाडीला मागे टाकता येईल का हे सांगण्याचे काम करायचे असे.

"जाऊ द्या पुढं, डॅडी!" तो ओरडायचा.

"तर मग तुझा हात बाहेर काढून मागच्या गाडीला इशारा दे—" डॅडी ओरडायचे.

डॅडींनी असे सांगताक्षणीच मम्मी व तिच्या मांडीवरचे तान्हे मूल सोडून बाकीचे सर्वजण जमेल तो हात खिडकीबाहेर काढून मागच्या गाडीला इशारा द्यायचे. डाव्या बाजूने, पुढून, मागून सर्व बाजूकडून आम्ही हात बाहेर काढायचो.

कारण डॅडींनी आजवर कित्येक कुंपणे तोडलेली होती. कोंबड्यांची पिले मारली होती. ट्रॅफिकवाले पोलिस आडवे केले होते, म्हणून आम्ही सर्वजण सावधगिरी म्हणून हात बाहेर काढत असू.

पुढच्या सीटवर बसणाऱ्या मुलाने नजर ठेवून एखादी पुढची मोटार मागे टाकता येईल की नाही त्याची सूचना डॅडींना द्यायची, ही मूळ कल्पना डॅडींची. उरलेल्या कल्पना डॅडींची मोटार चालवण्याची आम्हाला कल्पना असल्यामुळे आम्ही सावधगिरीसाठी शोधलेल्या होत्या.

एकाने डाव्या बाजूच्या रस्त्यावरून येणारी मोटार टेहाळायची, दुसऱ्याने तेच काम उजव्या बाजूस बसून करायचे, तिसऱ्याने गुडघ्यावर उभे राहून डॅडींच्या समोरच्या आरशातून पाठीमागून येणाऱ्या गाड्यांवर नजर ठेवायची अशी कामे आम्ही वाटून घेतलेली होती.

"डॅडी, डावीकडून एक मोटार येत आहे." डावीकडे बसणारा त्यांना सांगे.

"उजव्या बाजूनं दोन येत आहेत."

"वळणावरून मोटारसायकल दिसत आहे." मुले ओरडून सांगायला लागायची.

"तुमच्या बापावर एवढाही विश्वास नाही का तुमचा? सगळं काही दिसतं आहे मला." डॅडी मुलांच्या ओरड्याने वैतागून म्हणायचे. पण खरे तर त्यांना हे सगळे दिसलेले नसे.

विजेचा कर्णा डॅडींना विशेष आवडायचा. 'कुऽहूऽक' असा त्याचा कर्कश आवाज यायचा. हा विजेचा कर्णा व दोन साधे कर्णे वाजवायचे, पेट्रोलवर पायाने नियंत्रण ठेवायचे, हातातले चाक योग्य दिशेने फिरवायचे व सिगारेट ओढायची, ही सर्व कामे डॅडी एकाच वेळी करत.

गाडी घेतल्यानंतर थोड्या दिवसांनी त्यांनी आमच्यापैकी प्रत्येकाला स्वतंत्रपणे त्या गाडीजवळ नेले. इंजीनाचे झाकण उघडून आत गाणारा पक्षी आहे तो पाहा असे आम्हाला सांगितले. आम्ही इंजीनमध्ये डोकावून पाहत असताना डॅडी हळूच मोटारीत जाऊन बसत व कर्णा वाजवत. 'कुऽहूऽक' असा कर्कश आवाज कल्पना नसताना एकदम आमच्या कानाशी झाला की, आम्ही इंजिनाबाहेर डोके काढून एकदम खाली उडी मारत असू.

त्याबरोबर डॅडी 'हा हा हा' करून मोठ्याने हसत व विचारत, "पाहिलात

गाणारा पक्षी? बाकी उडी काय सुंदर मारता रे तुम्ही! नक्की तू आत्ता सहा फूट नऊ दशांश इंच उंच उडी मारलीस. पैज आपली.''

एकदा आम्ही एका सहलीहून परत येत होतो. ही सहल फारच कंटाळवाणी व तापदायक झाली होती. शेवटी खुळाबाईने इंजिनाचा घरघराट केला, पेट्रोल सांडले आणि अखेर गाडी बंद पडली.

आधीच आम्ही मुलांनी खूप धुमाकूळ घातला होता. त्यात वर गाडीही बंद पडली. ती तापलेलीही होती. डॅडी अगदी थकून-घामेजून गेले होते. त्यांनी आम्हा सर्वांना गाडीतून खाली उतरायला फर्मावले. गाडी दुरुस्त करण्याची हत्यारे पाठीमागच्या सीटखाली होती. ती लवकर काढता येईनात. मग डॅडींनी चिडून मागच्या सीटला लाथ मारून हत्यारे बाहेर काढली. कोट काढून ठेवला. शर्टच्या अस्तन्या वर केल्या आणि इंजिनाचे डावीकडचे झाकण वर उचलले.

मुलांपुढे चांगला कित्ता ठेवावा म्हणून डॅडी सहसा शिव्या देत नसत. आज मात्र गाडीला एक शिवी हासडून त्यांनी दुरुस्तीला प्रारंभ केला. झाकण उघडून त्यांनी डोके आत घातले. आता फक्त त्यांची पाठ व घामाने भिजून पाठीला चिकटलेला त्यांचा शर्ट एवढेच दिसत होते.

आमचे कुणाचे लक्ष नसताना बिल हळूच गाडीत चढला व त्याने 'कुऽहूऽक' असा गाडीचा कर्णा जोरात वाजविला.

अचानक कानठळ्या बसल्याने डॅडी इतके दचकले की, त्यांचा तोल जाऊन जमिनीवरचे पाय सुटले. त्यांचे डोके आपटून झाकण पडले व आतल्या गरम पाइपचा चटका त्यांच्या मनगटाला बसला. चुर्रर्ऽऽ आवाज होऊन मनगटाचे कातडे जळल्याचे आम्हाला कळले. कशीबशी त्यांनी स्वत:ची त्या इंजीनमधून सुटका करून घेतली आणि कपाळावरून हात फिरवला. त्याबरोबर हाताला लागलेले मेण, काजळी कपाळाला लागली. हाताला फुंकर घालत त्यांनी वर पाहिले. रागाने ते अगदी लाल-तांबडे झाले होते.

''हरामखोर साला!'' ते ओरडले. आतापर्यंत त्यांनी ही शिवी अशाच प्रसंगी देण्यासाठी राखून ठेवली असावी असे वाटले.

''कुणी वाजवला कर्णा?'' त्यांनी ओरडून विचारले.

सहा वर्षांचा बिल खोडकर असल्याने नेहमीच कसल्या ना कसल्या अडचणीत सापडत असे व बोलून घेत असे. तो घाबरत कसनुसे हसून म्हणाला, ''तुम्ही गाणारा पक्षी पाहिलात डॅडी इंजिनातला?''

डॅडींनी त्याला दंडाला धरून खसकन खाली ओढल्याबरोबर त्याचे ते घाबरट हसणेही मावळले.

''तुम्ही आमची करता तशीच मी तुमची थट्टा केली.'' बिल बोलला. पण

त्याचा आवाज अगदी खोल गेला होता.

"थट्टेला काही काळवेळ असते. तशीच शिक्षेलाही!" डॅडींनी म्हटले.

"पैज आपली डॅडी. तुम्ही नक्कीच सहा फूट नऊ दशांश इंच उडी मारली." अजूनही आपण शिक्षेतून बचावू अशा आशेने बिल बोलला.

डॅडींनी त्याचा पकडलेला दंड सोडून दिला आणि त्याला जाऊ दिले.

"मला वाटतं लीली! मी खरंच सहा फूट नऊ दशांश इंच उडी मारली." ते म्हणाले.

डॅडींना इतरांनी आपली थट्टा केलेली आवडत असे. पण ती चेष्टा करून झाल्यावर काही दिवसांनी. त्या क्षणी नव्हे.

त्या घटनेनंतर बिल आणि इंजीनमधला गाणारा पक्षी यांचा विनोद त्यांच्या आवडत्या आठवणींपैकी एक कथा होऊन बसली. ती सांगून डॅडी खूप मोठमोठ्याने हसायचे आणि बिलही!

◆

दोन

जेव्हा आम्हा सर्वांना सहलीला नेण्याची हुक्की डॅडींना यायची, तेव्हा ते आपली ठरविक शीळ वाजवायचे आणि आम्ही एकत्र जमलो की विचारायचे, ''बोला, कुणाकुणाला सहलीला यायचं आहे?''

हा प्रश्न आपला उगाच असे. डॅडी जायचे म्हणजे आम्ही सर्वांनी जायचे हे ठरलेलेच असे. पण त्यांनी असे विचारले की आम्ही म्हणायचे की, सहलीला जायला आम्हाला खूप आवडेल. आम्ही सर्वजण येणार.

अर्थात त्यांच्याबरोबर जायला आम्हाला खरेच आवडायचे. डॅडींचे गाडी चालविणे म्हणजे मृत्यूशी सामना असायचा. पण त्यात एक प्रकारचे साहस आणि आव्हानही असायचे. सगळी वाहतूक थांबवून धरण्याचे तमाशेही त्यात असत. असले तमाशे, असली मजा स्वत:हून करणे आम्हाला आवडले नाही तरी इतर कुणी केल्यास त्याची मौज चाखायला आम्हाला आवडे. जादूगार, प्रेक्षकांतल्या एखाद्याला रंगमंचावर बोलावतो व त्याच्यावर जादूचे प्रयोग करून दाखवतो, तेव्हा त्या प्रेक्षकाला रंगमंचावर जाण्यात जी मजा वाटते ती आम्हाला अशावेळी वाटे.

अशी सहल म्हणजे डॅडी-मम्मींचा सहवास मिळण्याची संधीही असे. आम्ही भावंडे बारा आणि आई-वडील एकेकच. त्यामुळे ते आमच्या वाट्याला यावे तेवढे येत नसत. आळीपाळीने सहलीच्या वेळी आम्हाला डॅडी-मम्मींजवळ पुढच्या सीटवर बसायला मिळे.

''मी गाडी गॅरेजमधून काढून पुढं आणतो तोपर्यंत तुम्ही तयार व्हा—'' डॅडी सांगत.

पाठीमागच्या अंगणातून ''फट् फट् फुऽर्र गुऽर्र'' असे भयानक आवाज येत राहत. 'खुळाबाई'चे व डॅडींचे विचार पटत नसल्याचे व बाहेर जाण्याविषयी एकमत

न झाल्याचे त्यावरून कळे. इकडे घरातसुद्धा अगदी पद्धतशीर गोंधळ चालू असे. पद्धतशीर अशासाठी म्हणायचे की, आमच्या घरी सर्व काम शिस्तीत पद्धतशीरपणे चाले. सर्व गोष्टींना पूर्वनियोजन असे.

तयार व्हायचे म्हणजे हातपाय, तोंड धुणे, स्वच्छ कपडे घालणे, चकचकीत पॉलिश केलेले बूट चढविणे, व्यवस्थित केस विंचरून भांग पाडणे आणि मुख्य म्हणजे अगदी वेळेवर हजर राहणे. डॅडींनी गाडी पुढच्या दारात आणण्याच्या आधी दाराशी हजर राहावे लागे. मग आम्ही सर्वजण व्यवस्थित आहोत का नाही हे डॅडी अगदी कसोशीने पाहत.

प्रत्येक जाणत्या मुलाला स्वत: तयार होऊन आपल्यावर सोपविलेल्या धाकट्या भावंडांकडेही पाहावे लागे. ॲनवर डॅनची जबाबदारी होती. जॅक अर्नेस्टाइनच्या ताब्यात असे. बॉबची तयारी करण्याचे काम मार्टकडे आणि हे फक्त सहलीपुरते नाही, तर एरवीही! मोठ्या बहिणींनी आपल्या ताब्यातल्या भावंडाला सकाळी कपडे घालायला मदत करायची, त्याचा बिछाना तो नीट करतो का नाही ते पाहायचे, गरज पडल्यास त्याचे कपडे बदलायचे, त्याच्या स्नानावर लक्ष ठेवायचे, त्याच्या जेवणाकडे पाहायचे आणि तो कामाचे तक्ते नीट भरतो की नाही हे पाहायचे.

ॲन आमची सर्वांत मोठी बहीण होती. त्या नात्याने आम्हा सर्व भावंडांचे वागणे शिष्टाचाराला धरून असते का नाही हे पाहणे तिचे काम असे. मम्मी सर्वांत लहान असलेल्या जेनची काळजी घेई. फ्रँक, बिल, लिलियन आणि फ्रेड ही मधली भावंडे स्वत:चे करण्याइतपत मोठी होती, पण इतरांची जबाबदारी घेण्याजोगी नव्हती म्हणून डॅडींनी या चौघांचे काम आपल्याकडे घेतले होते.

हे सर्व काम शिस्तीत चालते की नाही हे पाहण्याचे कर्तव्य मम्मीकडे होते. पण हे काम ती शांतपणे करे. कधी मारपीट नाही, आरडाओरड नाही की धमक्या नाहीत.

मम्मी मानसशास्त्रज्ञ होती. तिच्या पद्धतीने ती आम्हाकडून जे काम करवून घ्यायची, ते डॅडींपेक्षा चांगले होई. तिला फार कडक शिस्त आवडत नसे.

मोटारीतून सहलीला निघण्यापूर्वी ती खोल्याखोल्यांतून फिरायची. प्रत्येक ठिकाणी तिला भांडणे सोडवावी लागत. कुठे डोळे पुसून समजूत घालावी लागे, तर कुठे मुलांची बटणे लावून द्यावी लागत.

'मम्मी, त्यानं माझा शर्ट घेतलाय. तो द्यायला लाव—'

'मम्मी, मला कधीच तुझ्याजवळ पुढच्या सीटवर बसायला मिळत नाही. आज तरी मी बसू?'

'मम्मी, काल यानं माझा शर्ट घातला होता. आज मी त्याचा घालणार,' अशी खोल्याखोल्यांतून भांडणे चालू असत.

आम्ही मुले लिननच्या सूटमध्ये व मुली डस्टर्समध्ये तयार होऊन खाली येऊन उभ्या राहिल्या की, मम्मी आमची नावे घेऊन ओळीने हजेरी घ्यायची.

अशी हजेरी घेणे म्हणजे वेळेचा अपव्यय आहे असे आमचे सर्व भावंडांचे मत होते आणि आमच्या घरात वेळेचा आणि हालचालींचा अपव्यय म्हणजे गुन्हा समजण्यात येई. परंतु मुले हरविण्याचे दोनदा प्रसंग आल्यामुळे ही खबरदारी घेण्यात येत होती.

एकदा होबोकन गावी 'लिव्हियीयन' ही बोट आली होती. या बोटीने बंदर सोडण्यापूर्वी डॅडी ही बोट आम्हाला दाखविण्यासाठी घेऊन गेले. बोटीवरून उतरताना त्यांनी मोजणी केली नाही. बोटीची शिडी काढून घेईपर्यंत डॅन उतरलेला नाही हे त्यांच्या लक्षातच आले नाही. मग बोट वीस मिनिटे थांबवून त्यावर शोधाशोध केली, तेव्हा डेकवरच्या एका खुर्चीवर झोपून गेलेला डॅन सापडला.

असेच एकदा आम्ही माँटक्लेअरहून बेडफोर्डला चाललो होतो. वाटेत न्यूलंडन येथील एका हॉटेलात आम्ही जेवण्यासाठी थांबलो. तिथून निघून जवळजवळ बेडफोर्डला पोहोचणार एवढ्यात फ्रँक गाडीत नसल्याचे लक्षात आले.

डॅडींनी गाडी परत वळविली आणि वाहतुकीचे सगळे नियम धाब्यावर बसवून आम्ही न्यूलंडनकडे निघालो. दुपारी जेवणासाठी आम्ही थांबलो होतो तेव्हा हे हॉटेल आम्हाला चांगले सभ्य वाटले होते. आता आम्ही परत पोहोचलो तो रात्र झाली होती आणि दिव्यांच्या झगमगाटात त्या हॉटेलचे स्वरूप विचित्र दिसत होते. आम्हाला गाडीतच ठेवून डॅडी उतरून हॉटेलात शिरले. अंधारातून आल्यामुळे त्या प्रखर प्रकाशात त्यांना एकदम दिसेना, म्हणून ते टेबलाटेबलावरून डोकावू लागले.

एका बूथमध्ये एक तरुण स्त्री गिऱ्हाइकाची वाट पाहत सोडा पीत बसली होती. तिथे डॅडी डोकावले, तशी ती म्हणाली, "या, या. लाजू नका. माझ्यासारख्या एखाद्या खट्याळ मुलीच्या शोधातच आहात ना तुम्ही?"

"छे छे! मी खट्याळ मुलाच्या शोधात आहे." डॅडी एकदम शरमून बाहेर येत म्हणाले.

फ्रँक त्या हॉटेलातल्या मुदपाकखान्यात मालकाच्या मुलीबरोबर आइसक्रीम खात बसला होता.

तेव्हापासून डॅडींनी फर्मान काढले की परत असे कधी झाले तर चुकून मागे राहिलेल्याने आपल्याला शोधायला कुणीतरी येईपर्यंत आहे त्याच ठिकाणी बसून राहायचे.

या दोन अनुभवांवरून शहाणे होऊन डॅडी हजेरी घेण्याचा आग्रह धरत.

गाडीत शिरण्यापूर्वी कंपाउंडमध्ये आम्ही रांगेत उभे राहत असू. सर्वांकडे एकदा नजर टाकून डॅडी विचारायचे, 'सर्वजण स्वच्छ, नीटनेटके आहात?'

मग डॅडी मम्मीला आणि छोट्यांना पुढच्या सीटवर बसवत. आमच्यापैकी एखादा किंवा एखादी त्या सबंध दिवसात शहाण्यासारखे वागले असेल तर त्याला पुढच्या सीटवर डाव्या बाजूला खिडकीपाशी बसायला मिळे, बाकीची मागच्या सीटवर कोंबून बसत. बसल्या बसल्या एकमेकांना ढकलणे, मारणे, चिमटे घेणे सुरू होई, कारण मागची जागा अपुरी पडे.

मग डॅडी गाडी सुरू करत. छोटी दोन मुले जवळ घेऊन मम्मी पुढे बसे. जोवर आम्ही गावची सीमा ओलांडलेली नसे व डॅडी गाडी नीट चालवत तोपर्यंत मम्मी खुशीत असे. ती त्यांच्याशी हळूहळू आवाजात गप्पा मारी. पण तिचे कान मात्र पाठीमागच्या सीटवर बसलेल्या आम्हा मुलांकडे असत आणि तिने कान आमच्याकडे लागावे असेच आमचे वर्तन असे. दाटी झाली की आमचे आवाज चढत. मग डॅडींचेही तिकडे लक्ष जाई.

''काय गडबड चालली आहे मागं?'' ते ओरडून विचारत. ''ॲना, मागं शांतता ठेवण्याचं तुझं काम आहे ना?''

''ते करायला वरून देवालाच उतरायला हवं, इतरांना ते जमायचं नाही—'' ॲन कडवटपणे उत्तर देई.

''मी सांगतोय, शांतता हवी म्हणजे हवी.'' डॅडी बजावत.

''केव्हापासून तोच प्रयत्न करतेय मी, पण माझं कुण्णीच ऐकत नाही.''

''मला कारणं आणि सबबी नको आहेत. शिस्त हवी आहे. ॲना, तू सर्वांत मोठी आहेस. तुला हे जमायला हवं. आता यापुढं कसलाही आवाज आणि गडबड पाठीमागून होता कामा नये. झाल्यास तुम्हाला इथून घरी परत जावं लागेल चालत. जायचंय?''

दाटीवाटीत बसून कंटाळा आल्याने या वेळेपर्यंत आम्हा सर्वांनाच चक्क चालत घरी परत जावेसे वाटे. पण असे स्पष्ट सांगावयाचे धैर्य मात्र कुणाही जवळ नसायचे.

त्यानंतर थोडा वेळ शांतता असे 'सुटले एकदाची' या विचाराने ॲन पण आरामात बसे. पण थोड्याच वेळात परत भांडणे सुरू होत. थंडीच्या दिवसांत सर्वांच्या पायांवरून एक ब्लँकेट पांघरलेले असे. त्याच्या खालून एकमेकाला लाथा मारणे, चिमटे काढणे थोड्याच वेळात परत सुरू होई.

''अर्नेस्टाइन, बाजूला सरक—'' ॲना बोलायची.

''बाजूला सरक काय बाजूला सरक? जास्तीत जास्त जागा अडवून तू बसली आहेस. तूच का नाही बाजूला सरकत? खरोखर तू आमच्याबरोबर न येता घरी राहिली असतीस तर फार बरं झालं असतं.'' अर्न लागलीच उत्तर द्यायची.

''मलासुद्धा तेच वाटतंय, घरी निदान आरामात एकटीच सुखानं बसले असते.

खरंतर देवानं मला डॅडी-मम्मीची एकुलती एक मुलगी करायला हवं होतं—''
ॲना पण सांगे.

आम्ही दहाबारा भावंडे व डॅडी-मम्मी उघड्या मोटारीतून फिरायला निघालो की, सर्कस पाहायला उभे राहावे तसे लोक दुतर्फा उभे राहत.

डॅडींना याची गंमत वाटे. ते मग मुद्दाम गाडीचा वेग कमी करत आणि उगाचच कर्णा वाजवत.

रस्त्यावरून चालणाऱ्यांपैकी कुणीतरी मोठ्याने म्हणे, "अरे बापरे! पुढचे गृहस्थ आणि स्त्री सोडली तर मागं अकरा मुलं आहेत.''

डॅडी लगेच उत्तर देत, "मिस्टर, तुम्ही पुढच्या सीटवरची मुलं मोजली नाहीत वाटतं?''

अशावेळी आपण काही ऐकलेच नाही असा चेहरा करून मम्मी पुढे पाहत राही. गल्लीतली माणसे चार पावले टाकून आम्हाला पाहायला मोठ्या रस्त्यावर येत आणि त्यांच्याबरोबर असलेली छोटी मुले वडिलांनी आपल्याला खांद्यावर उचलून घेऊन आमची मोटार व त्यात बसलेली आम्ही मुले दाखवावी असा हट्ट घेत.

आम्हा सर्वांचे केस तांबूस होते. एखादा माणूस विनोदाने विचारी, "ही एवढी गाजरं कशी काय वाढवता भाऊ?''

"एवढी?'' डॅडी त्याला ऐकू जावे म्हणून मोठ्याने सांगत— "एवढ्यानं काय झालंय? आणखी थोडी घरी ठेवून आलोय.''

कधी वाहतुकीची गर्दी झाल्यामुळे गाडी चौकात उभी करावी लागे. चारी बाजूस पादचारी उभे असत.

"या एवढ्या मुलांना खाऊपिऊ तरी कसं घालता, मिस्टर?'' एखादा माणूस विचारे.

क्षणभर विचार केल्यासारखे करून डॅडी सांगत, "डझनावारीनं साऱ्या गोष्टी स्वस्त पडतात, नाही का?''

डॅडींचे हे उत्तर ऐकून चारी बाजूंची माणसे मोठमोठ्याने हसत. डॅडींना नाट्यकलेची व अभिनयाची चांगली जाण होती व त्याचा ते छान उपयोग करून घेत. लोक पोट धरधरून हसत असतानाच धुरांचे लोट मागे सोडत आमची गाडी पुढे निघे.

'डझनावर वस्तू स्वस्त पडतात' हा विनोद डॅडी जकात नाक्यावर, थिएटरात, आगगाडीत, बोटीवर कुठेही वापरत. जकात नाक्यावरच्या माणसाकडे नुसती एकदा नजर टाकली तरी डॅडी तो कोणत्या देशाचा किंवा कोणत्या भागातला आहे हे ओळखत आणि मग विचारत, "काय हो, माझ्या या आयरिश मुलांना डझनाच्या

भावानं स्वस्त पडेल का जकात?''

जकातदार म्हणे, ''तुम्ही आयरिश आहात ना? वाटलंच मला. एरवी अशी गाजरासारखी लाल केसांची इतकी मुलं वाढवणं दुसऱ्या कुणाला जमणार आहे? छे! छे, साहेब! तुमच्यासारख्यांकडून डोईपट्टी घ्यायला काही मी इथं बसलो नाही. जाऊ द्या तुमची गाडी पुढं.''

हाच प्रयोग स्कॉटिश, डच, स्विस किंवा इतर कोणत्याही देशाच्या माणसावर करत.

एकदा आम्ही सर्कस पाहायला गेलो होतो. डॅडींनी तिकीट विक्रेत्याला एकवार न्याहाळून पाहिले आणि विचारले, ''या माझ्या डच मुलांना डझनाच्या भावानं स्वस्तात सर्कस पाहायला सोडणार का?''

''तुम्ही डच आहात? किती सशक्त आणि देखणी मुलं आहेत तुमची! पलीकडच्या गेटवर जा तुम्ही. तिथं तिकीट-तपासनीस नाही!''

डॅडींच्या या असल्या वात्रटपणाला एकदा मात्र मम्मीने सक्त विरोध केला. हा प्रसंग कनेक्टिकट प्रांतातल्या हार्टफोर्ड या शहरी घडला. आमची गाडी त्यावेळी वाहतूक-नियंत्रकाजवळ थांबली होती आणि नेहमीप्रमाणे आमच्या उघड्या मोटारीकडे व आमच्याकडे लोक पाहत उभे होते, त्यातल्या एका लठ्ठ ठेंगण्या स्त्रीने म्हटले, ''बिच्चारी मुलं! या गणवेशातही गोड दिसताहेत नाही?''

डॅडींनी पण त्या बाईंचा तो ग्रह कायमच ठेवून नाटकीपणाने बोलणे सुरू केले. आपण दयेने प्रेरित होऊन अनाथाश्रमातल्या मुलांना रपेट करवून आणतो आहो असे त्यांनी दर्शविले.

''आता मात्र हे फार झालं हं!'' मम्मी रागाने म्हणाली. यापूर्वी असे कधी झाले नव्हते म्हणून डॅडी मनातून घाबरले.

''काय झालं लीली- काय झालं?'' डॅडींनी विचारले.

''ती बाई माझ्या मुलांना अनाथाश्रमातील मुलं समजली.''

''मग? त्यात काय झालं? तुला नाही मजा वाटली?'' - डॅडी.

''बिलकूल नाही.'' मम्मी ठामपणे बोलली.

''आम्हा सगळ्यांना हे असले डस्टर्स घालायला लावता म्हणून लोक आम्हाला अनाथाश्रमातील मुलं समजली.'' ॲनाने तक्रार केली.

''खरं सांगते, डॅडी! तुम्ही असं काहीतरी वागता म्हणून तुमच्याबरोबर उघड्या मोटारीतून यायची लाज वाटते.'' अर्न बोलली.

झालेल्या प्रसंगाने मम्मी विचलित झाली होती. तरीपण तिने ॲनाला व मार्थाला दटावले. डॅडी मात्र मोठ्यांदा हसायला लागले.

आणि मग आम्ही मुले चेकाळल्यासारखीच वागू लागलो. बिल मागच्या

सीटवरच्या उंच चौकटीवर चढून बसला. जणू आपण लढाईहून परतत असलेला शूर योद्धा आहो अशा आविर्भावाने रस्त्याच्या दोन्ही बाजूस उभ्या असलेल्या लोकांकडे पाहून आपली हॅट हलवू लागला. फ्रँक आणि फ्रेड त्याच्या दोन्ही बाजूस उभे राहून त्याला वारा घालू लागले.

''बिल खाली उतर आधी—'' मम्मी रागावली. डॅडी अजूनही हसतच होते. त्यांना ती अनाथाश्रमाची कल्पना मजेदार वाटली होती.

''मला यात हसण्याजोगं किंवा मजेदार काहीएक वाटत नाही. निघू या आता इथून.'' मम्मी तुटकपणे बोलली.

आम्ही हार्टफोर्ड शहराबाहेर पडलो आणि मग मात्र आपले चुकले असा पश्चात्ताप डॅडींना वाटला.

''तुम्हा सर्वांचा अपमान करण्याचा माझा हेतू नव्हता, लीली. माफ कर.'' ते दिलगिरीच्या सुरात बोलले.

''अर्थातच तुमचा असा हेतू नव्हता आणि आमचा काहीही अपमान झालेला नाही—'' मम्मीने त्यांना दिलासा दिला.

पण सापडलेली संधी सोडण्याचा अर्नेस्टाइनचा मुळीच विचार नव्हता.

तिने जाहीर करून टाकले, ''ते काही असो. यापुढं आम्ही हे डस्टर्स मुळीच घालणार नाही. अगदी कध्धी कध्धी नाही—''

डॅडींनी मम्मीचे ऐकून घेतले म्हणून ते अर्नचे थोडेच ऐकून घेणार होते!

''कोण म्हणतं तुम्ही घालणार नाही असं?'' ते ओरडले, ''ते शिवायला केवढा तरी पैसा खर्चला आहे. पैसा काय झाडाला लागतो? आणि तुम्ही जरा विचार कराल...''

''नाही फ्रँक!'' त्यांना मध्येच अडवून मम्मीने म्हटले, ''मुलींचं म्हणणं बरोबर आहे. यापुढं त्यांनी हे डस्टर्स घालायला नको.''

डॅडी-मम्मीची फारशी भांडणं किंवा वादावादी होत नसे. त्यामुळे सटीसहामाशी घडणाऱ्या या प्रसंगांची आम्हाला खूप गंमत वाटली.

''बरं बुवा. नाहीतरी तूच घरातली खरी बॉस आहेस. तुझं ऐकायलाच हवं.'' डॅडींनी कबूल केले.

व्हिजिटिंग मिसेस मर्फी...

त्या काळात रस्त्यावर खुणा, बोर्ड, पाट्या काही नसायचे आणि असले तरी डॅडींचा त्यांच्यावर विश्वास नसायचा.

''बहुधा कोणत्या तरी वात्रट पोरानं ते बाण, त्या खुणा बदलल्या असाव्यात.'' डॅडी म्हणायचे. कारण त्यांना रस्ते आठवत असत ते त्यांच्या लहानपणातले.

"मला वाटतं, इथं बाणांनी जी दिशा दाखविली आहे त्यानुसार आपण निघालो तर कदाचित आपण जिथून निघालो त्याच जागेला परत येऊन पोहोचू—'' ते म्हणत.

त्या काळी मोटारप्रवाशांसाठी एक निळे चोपडे मिळत असे. ते हातात धरून मम्मी मोठ्याने वाचायची.

"पवनचक्कीवाल्या गिरणीपुढं साधारणपणे नऊ-दहा मैल गेल्यानंतर डावीकडं वळावं. तिथे लाल विटांनी बांधलेलं एक चर्च लागेल. तिथून पुढं पक्क्या सडकेवरून पुढं जावं.''

"हे पुस्तक लिहिलेला गृहस्थ कोणत्या काळात इथं आला होता कोण जाणे! परत कधी येऊन त्यानं आपली माहिती अजूनही खरी आहे का? त्यात काही बदल झाला आहे हे आजमावून पाहिलंही नसेल. माझ्या मते, डावीकडं वळण्याऐवजी उजवीकडं वळायला हवं. कदाचित, त्यानं उल्लेख केलेली पवनचक्कीवाली गिरणी आता पाडूनही टाकली असेल.'' डॅडी म्हणत.

डॅडींच्या म्हणण्याप्रमाणे डावीकडे वळण्याऐवजी आम्ही उजवीकडे वळत असू. मग साहजिकच, रस्ता चुके. डॅडी त्याचा दोष मम्मीवर लादून म्हणत, "ही चुकीच्याच दिशा सांगते.''

कधीकधी ते ॲनला पुढच्या सीटवर बसायला बोलावून तिच्या हातात ते निळे चोपडे देत आणि म्हणत, "तुमच्या मम्मीला दिशांचं नीट ज्ञान नाही. पुस्तकात डावीकडं वळा असं असताना ती मला उजवीकडं वळायला सांगते आणि आपण वाट चुकलो म्हणजे मला दोष देते. ॲन, आता यात छापलं आहे तस्सं वाच. त्यात एक अक्षराचाही फरक करू नको आणि अस्तित्वात नसलेल्या पवनचक्क्या आणि लाल विटांच्या चर्चविषयी सांगून मला गोंधळात पाडू नको समजलं? वाच आता.''

पण ॲनने पुस्तक वाचून त्यांना मार्गदर्शन केलेलेही ते नीट ऐकत नसत आणि परिणामी रस्ता चुकत.

फारच झाले म्हणजे डॅडी एखाद्या दुकानदाराला किंवा पेट्रोल पंपावरच्या माणसाला विचारत आणि त्यांनी सांगितलेल्याच्या नेमक्या उलट दिशेस गाडी नेत की, परत आम्ही रस्ता चुकत असू.

"काय मूर्ख माणूस आहे!'' डॅडी रस्ता दाखवणाऱ्याला मूर्खात काढून म्हणत, "सारा जन्म या माणसानं इथं घालविला आहे. पण धड एक रस्ता नीट दाखविता येत नाही. याच्या मार्गदर्शनाप्रमाणं आपण निघालो तर उलट न्यूयॉर्कला जाऊन पोहोचू.''

अशावेळी मम्मी एखाद्या शांत तत्त्वज्ञानी माणसाची भूमिका घेई. डॅडी फार वैतागलेले दिसले की, पायाशी ठेवलेली शीतपेटी उघडून त्यातून दुधाची बाटली

काढून जेनच्या हातात देई आणि जेवणाची वेळ झाली असे सुचवी.

"ठीक आहे. तुम्ही एखादी बरीशी जागा निवडा म्हणजे आपण जेवणासाठी थांबूच." ते मम्मीला म्हणत.

आम्ही जेवत असताना डॅडींचे लक्ष चहूकडे असे. ते हाडाचे शिक्षक होते. दिवसातल्या प्रत्येक घटकेचा उपयोग करून घ्यावा अशा मतांचे ते होते.

कुठे एखादे मुंग्यांचे वारूळ दिसले की लगेच मुंग्यांचे राज्य, कामकरी मुंग्या, राणी मुंगी इत्यादींची माहिती देत.

"पाहा, या मुंग्या कशा सतत काम करतात आणि कोणतीही वस्तू फुकट घालवत नाहीत. त्या सर्वजणी मिळून एकजुटीनं कसं काम करतात ते लक्षात ठेवण्यासारखं आहे ते पाहा, सर्वजण मिळून तुमच्या ब्रेडचा पडलेला बारकासा तुकडासुद्धा कसा उचलून नेत आहेत." ते सांगत.

कधी एखादी दगडी भिंत दाखवून त्यातले बांधकाम समजावून देत. आम्ही जाऊ तिथे जवळपास एखादी गिरणी, कारखाना असेल तर त्याच्या खिडक्या अमुकच उंचीवर का ठेवल्या आहेत, त्याचे धुराडे कसे बांधले आहे हे ते समजावून देत. त्याच वेळी जर गिरणीचा भोंगा वाजला तर त्याचा आवाज केव्हा ऐकू आला व त्यातून वाफ केव्हा बाहेर पडली यातला फरक स्पष्ट करून सांगत व म्हणत, "काढा तुमच्या वह्या-पेन्सिली बाहेर. आवाजाचा वेग कसा शोधून काढायचा ते शिकवतो तुम्हाला."

डोळे, कान सतत उघडे ठेवून आपल्या ज्ञानात भर घालण्याची सवय आम्ही स्वत:ला लावून घ्यावी असा त्यांचा आग्रह असे.

डॅडींच्या शिकवण्यापेक्षा मम्मीचे शिकवणे मनोरंजक असे, त्यामुळे ते मनात कायम कोरले जायचे. मुंग्यांचे वारूळ पाहून डॅडींच्या मनात त्यांचे संघटित काम भरायचे तर तेच पाहून मम्मीला लठ्ठ, गुबगुबीत राणी मुंगी, उजाडताच तिला नाश्ता आणून देणाऱ्या कामकरी मुंग्या, त्यांचे शिस्तीचे राज्य वगैरे दिसायचे.

डॅडी एखाद्या पुलाच्या बांधकामाची माहिती सांगायला लागले की, मम्मी तिथल्या कामगारांशी गोष्टी करायची. मग तो प्रचंड उंचीचा पूल आणि त्यामानाने तो पूल बांधणाऱ्या माणसांचे बुटकेपण आमच्या लक्षात आणून द्यायची.

मम्मी असे काही सांगू लागली की, ते ऐकण्यात आम्ही तल्लीन होत असू आणि आपण किती सुरेख व बुद्धिमान स्त्रीशी लग्न केले आहे अशा अभिमानाच्या व कौतुकाच्या नजरेने डॅडी तिच्याकडे पाहत राहायचे.

आपण सहलीच्या ठिकाणाहून निघताना आपल्यामागे थोडासुद्धा कचरा ठेवायचा नाही अशी डॅडींची सक्त ताकीद असे. त्यामुळे तिथून निघताना सँडविच गुंडाळलेले कागद, फळांची साले सर्व नीट उचलून आम्ही परत आणत असू. सफरचंदांची

साले म्हणजे एक कटकटच होती. आम्हाला सफरचंदाची साले काढून खायला आवडे. सफरचंदाची साले आपल्या प्रकृतीला चांगली म्हणून डॅडी ती सालासकट खात. आम्हीही ती त्यांच्याप्रमाणेच खावी असे त्यांना वाटे. पण ते तसा जुलूम मात्र करत नसत.

आपल्यामागे कचरा राहता उपयोगी नाही म्हणून ते आम्हाला सैनिकांप्रमाणे रांगेत उभे करत आणि मग लेफ्ट-राइट करत सर्व जागेवर हिंडून आम्हाला तिथला कचरा गोळा करायला लावत.

परिणाम असा व्हायचा की, आमच्या अगोदर येऊन गेलेल्या सहकाऱ्यांचा कचराही आमच्या शुभहस्ते गोळा व्हायचा. आमच्या सहलीच्या बॅगेत जुनी वर्तमानपत्रे, डबे, बाटल्या कोंबताकोंबता ते म्हणायचे, "एवढा कचरा कसा तुम्ही करून ठेवता हेच समजत नाही मला!"

"पण डॅडी, या वस्तू आमच्या नाहीत आणि तुम्हाला ते नक्की ठाऊक आहे. आपण थोड्याच व्हिस्कीच्या बाटल्या आणि जुनी वर्तमानपत्रं, गेल्या वर्षीची मासिकं आणली होती?"

"तेच विचारतोय मी तुम्हाला की या वस्तू का आणल्यात?"

पेट्रोल पंपावरचे किंवा सार्वजनिक संडास स्वच्छ नसतात व तिथे जाण्याने सांसर्गिक रोग होऊ शकतात असे डॅडी-मम्मीचे मत होते. त्यामुळे गरज लागली की रानात कुठेतरी आडोसा शोधणे म्हणा किंवा चौदा माणसांच्या या बाबतीतल्या गरजा सारख्या असू शकणार नाहीत म्हणून म्हणा पण जरा कुठे झाडाझुडपांचा आडोसा दिसला की आमची करंगळी लगेच आम्ही दाखवत असू.

"मला वाटतं, कुत्रीसुद्धा झाड पाहिलं की कर तंगडी वर असं करत नसतील." डॅडी कुरकुरत.

सभ्यतेसाठी व घरच्यांच्या सोईसाठी डॅडींनी या कामाकरता जाण्याला दोन नावे हुडकून काढली होती १) सौ. मर्फींना भेटायला जाणे व २) पाठीमागचे चाक तपासायला जाणे. दोन्हींचा अर्थ एकच.

सहलीच्या ठिकाणाहून निघताना ते विचारायचे, "कुणाकुणाला मर्फींना भेटायला जायचं आहे?" त्यावेळी आम्हा कुणालाच जायचे नसे. पण गाडी सुरू झाली की १०-१५ मिनिटांतच कुणाला तरी लागायची. मग डॅडींनी गाडी थांबवायची, मम्मी मुलींना घेऊन जंगलात आडोशाला जायची. त्याच्या उलट बाजूला डॅडी आम्हाला न्यायचे.

"या भागातल्या मेनपासून वॉशिंग्टन शहरापर्यंतचं प्रत्येक झाड आता माझ्या माहितीचं झालं आहे." वरचेवर आम्हाला बाहेर नेऊन कंटाळले की डॅडी कडवटपणे म्हणायचे.

घरी परतत असताना अंधार पडला की, बिल हळूच डॅडींच्या मागच्या सीटपाशी जाई व डॅडी एखाद्या वळणावरून गाडी वळवू लागले की, त्यांचा दंड पकडून मम्मीसारखा आवाज काढून म्हणे, ''जरा हळू वळव, फ्रँक, जरा हळू.'' डॅडी गाडी चालवण्यात इतके मग्न असत की त्यांना वाटे, मम्मीच हे बोलते आहे. म्हणून ते त्याकडे विशेष लक्ष देत नसत.

कधीकधी तर डॅडी तीसच मैल वेगाने गाडी चालवत असतानाही बिल म्हणे, ''जरा हळू, फ्रँक.'' मग डॅडी एकदम रागावून म्हणायचे, ''आता मात्र कमाल झाली तुझी, लीली! मी फक्त वीस मैलांच्या वेगाने चालवतो आहे तरी तू हळू चालवायला सांगते आहेस?''

मम्मीला सांगताना डॅडी नेहमीच वेगातले १०-१२ मैल कमी करत.

''पण मी आता काही एक म्हटलं नाही तुला, फ्रँक.'' मम्मी खुलासा करे.

आणि मग डॅडी मागे वळून पाहायचे, तर तोंडावर रुमाल धरून आम्ही सर्व भावंडे हसत असायचो. डॅडी बिलचा गालगुच्चा घ्यायचे आणि कान धरायचे. पण बिल मम्मीची इतकी छान नक्कल करतो याबद्दल ते मनातून खूश व्हायचे.

गाडी छान वेगात अडथळे न येता जाऊ लागली की, आम्ही गायला लागत होतो. डॅडी-मम्मी पण आम्हाला साथ करत.

अशावेळी वाटायचे एकुलती एक मुले आपला वेळ कसा घालवत असतील? काय करत असतील?

डॅडी मान किंचित मागे टेकायचे. मम्मी त्यांच्या खांद्यावर आपले मस्तक टेकवायची. एव्हाना छोटी भावंडे झोपून गेलेली असत. एखादवेळी गातागाता मागे वळून मम्मी म्हणे, ''आत्ताची ही घटका परमोच्च सुखाची वाटते मला—''

आणि तशी ती असेही.

◆

तीन

डॅडी मेन संस्थानातल्या फेअरफील्ड या गावी जन्मले होते. तिथे त्यांच्या वडिलांचे दुकान होते. शिवाय ते शेतीही करत व रेसचे घोडे शिकवून तयार करत. आमचे आजोबा, जॉन हिरॅम गिलब्रेथ वारले तेव्हा डॅडी फक्त तीन वर्षांचे होते. त्यांना दोन मोठ्या बहिणी होत्या व वज्रासारखी कडक अशी आई होती.

आजीचा दृढ विश्वास होता की, आपली मुले जगात नाव काढणारी होणार आहेत आणि त्यांनी तसे व्हावे म्हणून त्यांना उत्तम शिक्षण देणे ही आपली जबाबदारी आहे. मग पुढे त्यांचे दैवच त्यांना हात धरून यशाच्या शिखरावर पोहोचवेल.

डॅडींचे वडील वारल्यावर त्या गावात राहण्याचे काहीच कारण नसल्याने मुलींच्या शिक्षणासाठी आजी मॅसॅच्युसेट्स राज्यातील ॲडोव्हर या शहरी आली. तिने मुलींना ॲबट अकादमीत घातले. मोठ्या मुलीने गायनात विशेष प्रगती दाखविल्यावर आजीने तेही शहर सोडले. त्यावेळी बोस्टन शहर कलेचे माहेरघर समजले जात असे, म्हणून आजी मुले घेऊन बोस्टनला आली.

डॅडींच्या मनात बांधकाम (कन्स्ट्रक्शन) इंजिनीअर व्हायचे होते. आजीने त्यांना मॅसॅच्युसेट्सच्या तंत्रशास्त्राच्या संस्थेत दाखल केले. शालेय शिक्षण संपण्याच्या सुमारास कुटुंबावरचा आर्थिक भार कमी करण्यासाठी व बहिणींच्या शिक्षणाच्या आड न येण्यासाठी एका बांधकामाच्या जागी विटा देण्याचे काम डॅडींनी पत्करले. आजीचा सल्ला न घेता पत्करले. पण एकदा काम घेतल्यावर आजीने कुरकुर न करता ते काम उत्तम रितीने करण्याचा डॅडींना उपदेश केला. डॅडी आपले काम मन लावून, उत्तम करणार यात आजीला मुळीच शंका नव्हती. आजीला डॅडींविषयी अशी खात्री असली तरी ते ज्याच्या हाताखाली काम करत त्याला मात्र असे वाटत नव्हते.

कामावर जायला लागल्यावर पहिल्याच आठवड्यात डॅडींनी आपल्या मुकादमाला इतक्या सूचना दिल्या की, त्याने किमान दहावेळा डॅडींना काढून टाकण्याची धमकी दिली.

"हे पाहा, तू इथं विटा देण्याचं काम करायला आला आहेस. आम्हाला शिकवायला नाही—" मुकादम ओरडायचा.

अशा धमक्यांना डॅडी मुळीच दाद द्यायचे नाहीत. शिवाय येथे कामाला लागल्यापासून गतीचा (मोशन) व हालचालींचा अभ्यास करून आपण त्यातले तज्ज्ञ व्हायचे हे डॅडींनी ठरवून टाकले होते. आतापर्यंत उद्योगधंद्यातल्या लोकांच्या लक्षात आली नव्हती, अशी एक गोष्ट डॅडींनी शोधून काढली होती. ती स्पष्ट करून, समजावून सांगण्याचा त्यांनी प्रयत्न केला तेव्हा मुकादम ओरडला, "परत फालतू बडबड करण्याकरता तू तोंड उघडलंस तर मी एक वीट तुझ्या तोंडात कोंबेन. माझी जागा घ्यायला बघतो आहेस का तू?"

पण वर्षाच्या आत डॅडींनी असा एक ओटा बांधून काढला की, त्यामुळे डॅडी सर्वांत जलद विटा देणारे मदतनीस ठरले. त्या ओट्यामागचे तत्त्व असे होते की, सुट्ट्या विटा, चुनखडी, सिमेंट खाली असे. गवंड्यांना प्रत्येक वीट घेताना खाली ओणवे होऊन वीट घ्यावी लागे. त्यामुळे वेळेचा व श्रमाचा अपव्यय होई. डॅडींनी शोधलेल्या ओट्यामुळे श्रम व वेळ वाचत असे.

"तू हुशार, बुद्धिमान नाहीस. आळशी आहेस, आळशी! प्रत्येक वीट घेताना ओणवं व्हायचा तुला आळस आहे—" मुकादम बोलला. परंतु सर्व कामगारांना असे ओटे बांधून दिल्यावर बांधकाम जलद होऊ लागले. मग मुकादमाने, डॅडींना त्यांचा हा शोध यंत्रविद्या संस्थेकडे पाठवायची सूचना केली.

आणि त्याबद्दल डॅडींना त्या संस्थेकडून बक्षीसही मिळाले. त्या मुकादमाच्या शिफारशीने डॅडीही एका गटाचे मुकादम झाले. तेथे त्यांनी कामाचा वेग वाढवून दाखविण्याचे इतके पराक्रम केले की, ते सुपरिन्टेंडेंट नेमले गेले. त्यानंतर पूल, कालवे, औद्योगिक शहरे, कारखाने इत्यादी बांधण्याची कामे स्वीकारण्याचा स्वत:चाच व्यवसाय त्यांनी सुरू केला. काही वेळा त्यांचे बांधकाम संपल्यावर, कामाचा वेग वाढविण्याच्या योजना कार्यवाहीत आणण्यासाठी त्यांना त्याच कारखान्यात काम करण्याचा आग्रह मालक, कारखानदार करत.

डॅडी सत्तावीस वर्षांचे झाले तेव्हा न्यूयॉर्क, लंडन, बोस्टन अशा तीन शहरांत त्यांची ऑफिसे होती.

मम्मीचा जन्म ऑक्लंड येथील एका खानदानी, संपन्न घराण्यात झाला होता. डॅडींची तिच्याशी एका परदेश-प्रवासात ओळख झाली होती. एकोणिसाव्या शतकात तरुण स्त्रियांना सोबतीला किंवा देखरेख ठेवायला एक व्यक्ती नेमून युरोपात

प्रवासाला पाठवत असत.

मम्मी मानसशास्त्र विषयातील कॅलिफोर्निया विद्यापीठाची पदवीधर होती. त्या काळी साधारणपणे लग्न न जमलेल्या व रूप बेताचं असलेल्या स्त्रियाच पदवीधर होत. त्यामुळे शिकणाऱ्या हुशार तरुणींबद्दल लोकांच्या मनात जरा संशयच असे. म्हणूनच जेव्हा मम्मीचे लग्न झाले तेव्हा ऑक्लंडच्या वर्तमानपत्रात असे छापून आले होते—

'कॅलिफोर्निया विद्यापीठाची पदवीधर असली तरी वधू अतिशय आकर्षक, सुंदर तरुण स्त्री आहे—'

खरेच मम्मी सुंदर होती.

अशा या सुंदर, मानसशास्त्रज्ञ स्त्रीने 'गती व हालचाली' यांचा विशेष अभ्यास करणाऱ्या एका कंत्राटदाराला जोडीदार म्हणून पसंत केले व या जोडप्याने व्यवस्थापनाचे मानसशास्त्र व घर, मुले यांचे मानसशास्त्रदृष्ट्या व्यवस्थापन करण्याचे ठरविले. जे घरात करायला जमते ते कारखान्यातही करायला जमले पाहिजे व जे कारखान्यात करायला जमते, ते घरात करता आले पाहिजे अशा विश्वासाने दोघांनी संसाराची सुरुवात केली.

आम्ही माँटक्लेअरला आल्यावर थोड्याच दिवसांत डॅडींनी आपल्या या विधानाची प्रचिती घेण्याचे ठरवले. आमचे हे घर भलेमोठे, चौदा खोल्यांचे होते. वरकामाला टॉम ग्रीव्हज व स्वयंपाकाला मिसेस कनिंगहॅम होत्या.

डॅडींना वाटले, एवढे मोठे घर सांभाळणे त्यांना कष्टाचे आहे. तेव्हा आम्ही मुलांनी त्या दोघांना मदत करावी. आपणहून कामगारांकडून काही काम करून घ्यायचे असेल तर त्यांच्याकडून सहकार्य मिळावे या हेतूने डॅडींनी कारखान्यात एक कामगार मंडळ नेमले होते. हे मंडळ कामगारांना त्यांच्याच आवडीचे काम देऊन त्यांचे सहकार्य मिळवत असे.

त्याच धर्तीवर डॅडी-मम्मींनी घरात एक कौटुंबिक मंडळ (समिती) बनवले होते. दर रविवारी दुपारच्या जेवणानंतर या समितीची बैठक होई.

पहिल्या बैठकीच्या दिवशी डॅडी जेवणानंतर रीतसर अध्यक्षासारखे उठून उभे राहिले व बोलू लागले—

"तुमच्या लक्षात आलं असेलच की मी इथं अध्यक्ष किंवा सभापती या नात्यानं उभा आहे. माझ्या या पदाला कुणाची हरकत असेल असं वाटत नाही, म्हणून मी कामकाजाला सुरुवात करतो."

ॲन आता हायस्कूलमध्ये असल्याने तिला संसदीय बैठकी कशा चालतात याचे ज्ञान होते. म्हणून ती उठून म्हणाली, "सभापती ही व्यक्ती जनतेचं प्रतिनिधित्व करणारी पाहिजे."

"एकदा सभापतीला सभापती म्हणून मान्य केल्यावर हा मुद्दा गैरलागू आहे." डॅडी म्हणाले.

"पण सभापतींनी कुणाचं म्हणणं अगर हरकत ऐकूनच घेतली नाही. माझी आहे हरकत तुम्ही सभापती होण्यास." ॲन म्हणाली.

"हा मुद्दा गैरलागू असून आता उपस्थित होत नाही. बैस खाली." डॅडी ओरडले आणि एक पेलाभर बर्फाचे थंडगार पाणी पिऊन त्यांनी भाषण चालू केले—

"या मंडळाचं पहिलं महत्त्वाचं काम म्हणजे घर व कंपाउंड व्यवस्थित ठेवण्यासाठी कामाची वाटणी करायला हवी आहे. याबाबतीत कुणाला काही सूचना करायच्या असतील तर त्या त्यानं कराव्या—"

आम्हा भावंडांपैकी कुणी एक अक्षरही बोलले नाही. तेव्हा ओढूनताणून चेहरा हसरा करत डॅडी म्हणाले, "बोला, सभासदांनो! ही लोकशाही आहे. इथं प्रत्येकाला आपलं मत सांगण्याचा अधिकार आहे. कामाची वाटणी कशी करावी असं तुम्हाला वाटतं?"

आमच्यापैकी कुणालाच कामाची वाटणी करण्याची किंवा घरकामाशी कोणत्याही तऱ्हेने संबंध ठेवण्याची इच्छा नव्हती. त्यामुळे आम्ही सर्वजण गप्प बसलो.

"लोकशाहीत प्रत्येकजण आपलं मत मांडू शकतो. जॅक, तू चांगला जाणता आहेस. सांग बरं काय करावं ते? आणि इतरांनो, तुम्ही अद्याप विचार केला नसेल तर आता करा आणि सांगा—"

"मला वाटतं," शांतपणे जॅक म्हणाला, "टॉम आणि सौ. कनिंगहॅम यांनी सर्व काम करावं. त्यांना त्याबद्दल आपण पगार देतो—"

"बैस खाली, मूर्ख कुठचा! तुला मोठा शहाणा समजत होतो मी—" डॅडी रागाने म्हणाले.

जेवढ्या शांतपणे उठून जॅकने आपले मत दिले होते तेवढ्याच शांतपणे तो खाली बसला. आम्हाला त्याचे मत अगदी शंभर टक्के पटले होते. फक्त डॅडी-मम्मींना तेवढे ते पटले नव्हते—

"शू! जॅकी, तुझं हे उर्मट बोलणं त्या दोघांच्या कानावर गेलं तर ते आपली नोकरी सोडून जातील." मम्मीने त्याला दटावले— "आपल्या घरातील माणसांची संख्या पाहून नोकर आपल्याकडे काम करायला आधीच तयार नसतात."

"जाऊ देत सोडून. नाहीतरी ती दोघं फार शेफारली आहेत. उगाच आमच्यावर दादागिरी करतात—" जॅकने परत म्हटले.

एवढ्यात डॅन बोलला, "सौ. कनिंगहॅम आणि टॉम यांना खरंच फार काम पडतं."

त्याचे हे बोलणे ऐकून डॅडी-मम्मी फारच खूश झाले. त्यांनी आनंदाने मान डोलावली. पण एवढ्यात डॅन म्हणाला, ''म्हणून मी असं सुचवतो की, आपण आणखी दोन-तीन नोकर नेमावेत.''

''सूचना गैरलागू. बस खाली.'' डॅडी वैतागाने ओरडले. आपल्या कल्पनेला हे भलतेच वळण लागत असलेले पाहून ते चिडले. मम्मी मानसशास्त्रज्ञ होती. आता हे काम तिने पार पाडावे या उद्देशाने ते म्हणाले, ''उपसभापतींना मी मानतो. त्यांनी आता काय तो निर्णय घ्यावा—'' मम्मीला उपसभापतिपदत्व बहाल करून ते बोलले.

''तर मग माझ्या मते कामासाठी आणखी दोन-तीन माणसं नेमावी.'' मम्मीने उत्तर दिले.

आम्ही गालातल्या गालात हसून एकमेकांना कोपरखळ्या मारल्या.

''परंतु-'' मम्मीने पुढे सांगितले, ''याचा अर्थ असा की, आपल्याला आणखी कुठंतरी कपात करायला हवी. जर आम्ही, तुम्हा मुलांना खासगी खर्चाला जे पैसे देतो ते कमी केले, सिनेमाला जाणं व तिथं मध्यांतरात आइसक्रीम, सोडा वगैरे घेणं बंद केलं व तुमच्या कपड्यावरचा खर्च कमी केला तर मग हे सहज जमेल. एवढंच नव्हे तर आपल्याला बागकामाला माळीसुद्धा ठेवता येईल.''

''सर्वांना हे मंजूर आहे? प्रत्येकाच्या खासगी खर्चाला कात्री लावायची?''

यावर कुणीच बोलले नाही. आणखी थोड्या चर्चेनंतर कामाच्या वाटणीचा ठराव पुढे आला व तो पासही झाला. बागेतले वाढलेले तण कापणे, गळून पडलेला पालापाचोळा गोळा करणे हे काम मुलांकडे आले. घरातले केरवारे, झाडलोट व रात्रीच्या जेवणातले काही पदार्थ करणे मुलींवर सोपवले. डॅडींखेरीज इतरांनी स्वतःचा बिछाना घालायचा व खोली स्वच्छ ठेवायची हे ठरले. आवड व लायकी ध्यानात घेऊन लहान मुलींकडे फर्निचरचे पाय, अलमाऱ्यांतील अगदी खालच्या खणातील धूळ पुसणे हे काम आले, तर मोठ्या मुलींनी टेबले, कपाटे व उंच फर्निचर साफ ठेवण्याचे पत्करले.

बागेत गवत कापण्याचे यंत्र मोठी मुले चालवणार होती.

पुढच्या रविवारी मंडळाची बैठक भरली तेव्हा आम्ही मुले एकदम सावध होऊन बसलो होतो. आमचे काहीतरी कारस्थान शिजते आहे याचा सभापतींना वास लागला होता आणि त्यांना त्याची गंमत वाटत होती. चेहरा गंभीर ठेवणे त्यांना जड जात होते.

शिकवून, पढवून तयार केलेली मार्था उठून उभी राहिली व तिने म्हटले, ''मंडळाच्या सभासदांना समजलं आहे की, उपसभापती दिवाणखान्यासाठी नवा गालिचा घेण्याच्या विचारात आहेत. या गालिच्यावरून सभासदांना हिंडावं लागणार

आहे. हा गालिचा साफ करण्याचं कामसुद्धा सभासदांवरच पडणार आहे. तेव्हा मी असा ठराव आणते की, गालिचा घेण्यापूर्वी सभासदांचा सल्ला व अनुमती घेतली जावी.''

''या ठरावाला माझा दुजोरा आहे—'' ॲन बोलली.

आता अशाप्रसंगी काय करावे ते डॅडींना सुचेना. तेव्हा वेळकाढूपणा करण्यासाठी ते म्हणाले, ''या ठरावावर चर्चा करायची आहे का?''

छोट्या लिलियनने म्हटले, ''तो गालिचा आम्हालाच साफ करावा लागणार असल्यानं तो आमच्या पसंतीनं घ्यायची आम्हाला परवानगी द्यावी.''

''आम्हाला फुलांचं डिझाइन असलेला गालिचा हवा, म्हणजे त्यावर पडलेले पावाचे तुकडे वगैरे उठून दिसणार नाहीत व तो वरचेवर झाडावा लागणार नाही.'' मार्थाने आपले मत दिले.

''कोणत्या प्रकारचा गालिचा घेण्याचं उपसभापतींनी ठरवलं आहे ते आम्हाला कळायला हवं.'' अर्नेस्टाइनने सांगितले.

''ते आपल्या अंदाजपत्रकात बसतं का नाही हे पण पाहायला हवं.'' फ्रेड बोलला.

''ही कौटुंबिक मंडळाची कल्पना तुझी होती, लीली! तेव्हा आता काय करायचं, तूच सांग.'' - डॅडी माघार घेत म्हणाले.

''हे पाहा, मी १०० डॉलर्स खर्चून साधा कोरांटी रंगाचा गालिचा घ्यायचं ठरवलं होतं. पण तुम्हाला ही किंमत फार वाटत असेल व तुम्हाला फुलाफुलांचा गालिचा हवा असेल तर सर्वानुमते काय ठरतं ते करायला मी तयार आहे.''

मम्मीने साशंकपणे म्हटले.

''गालिच्यावर ९५ डॉलर्सपेक्षा जास्त पैसे खर्चता कामा नये.'' फ्रँकने आपले मत सांगितले.

डॅडींनी फक्त खांदे उडवले. मम्मीची अनुमती असेल तर त्यांनाही ते चालणार होते.

''ज्यांची पंचाण्णव डॉलर्स गालिच्यावर खर्च करायला हरकत नसेल त्यांनी तसं सांगावं.''

लगेच सर्व मुलांनी ओरडून आपली हरकत नसल्याचे सांगितले.

''आता सभेपुढं आणखी काय काम आहे?''

''हो! मला वाटतं, आपण वाचवलेले पाच डॉलर्स खर्चून एक छानसं कुत्र्याचं पिलू आणावं.'' बिलने आपली कल्पना सांगितली.

''थांबा''- डॅडी बोलले, ''गालिचा घेणं वेगळं आणि एक सजीव प्राणी पाळायला आणणं वेगळं.''

कित्येक दिवसांपासून आम्हा सर्वांना एक कुत्रे पाळायचे होते. पण जो प्राणी अंडी देत नाही तो पाळणे, तो पोसणे ही पैशाची उधळपट्टी वाटे डॅडींना. त्यातल्या त्यात डझनभर मुले ज्याला आहेत त्याने आणखी प्राणी पाळायचा म्हणजे मूर्खपणाचे वाटे. शिवाय डॅडींना वाटले की, एकदा या कुत्र्याच्या बाबतीत आपण माघार घेतली की या मुलांच्या मागण्या कोणत्या थरावर पोहोचतील त्याला अंत राहणार नाही. उद्या मुले घोडे मागतील. ॲन छोटी मोटार मागेल, मुले मोटारसायकली मागतील. कुणी अंगणात पोहण्याचा तलाव हवा म्हणेल आणि या मुलांच्या मागण्या पुरवता पुरवता आपण कर्जबाजारी होऊ आणि तुरुंगात जाऊ.

डॅडींच्या या कल्पनाचित्रातून त्यांना परत भानावर आणत लिलियनने म्हटले, "या ठरावाला माझा दुजोरा आहे."

"खरंच, घरात कुत्रा आणला तर किती मजा येईल! मी त्याचा मालक बनेन—"

"कुत्रा म्हणजे माणसाचा मित्र! तो इमानदार असतो. आपल्या जेवणातले उरलेले पदार्थ खाऊन तो जगेल म्हणजे आपलं वाया जाणारं अन्न तो वाचवेल—" डॅनने तरफदारी केली.

"कुत्रा आपलं चोराचिलटापासून रक्षण करील, माझ्या पलंगाखाली झोपेल आणि अंघोळ घालण्याचं काम मी करीन—" फ्रेडने कबूल केले.

"कुत्रा म्हणजे खरोखर कटकट आहे. आपण कसले त्याचे मालक बनतोय? तोच आपला मालक होईल. त्याच्यामुळे घरात पिसवा होतील आणि कुणी काही म्हणा, शेवटी तो माझ्या बोकांडी बसेल आणि माझ्याच पलंगाखाली झोपेल. त्याचं ते पिसवांनी भरलेलं घाणेरडं शरीर कुणी धुणार नाही. तेही काम मला करावं लागेल." डॅडी मम्मीकडे पाहत हताशपणे म्हणाले. "लीली, जरा विचार कर. हे सर्व कुठल्या थराला पोचेल तुला समजत नाही का? उद्या ही मुलं घोडे मागतील, मोटारी मागतील, परदेशात सहली काढू या म्हणतील, सिल्कचे कपडे, ओष्ठशलाका, लांडे केस काय हवं ते मागतील—"

"मला वाटतं, आपली मुलं समंजस आहेत. आपण त्यांच्यावर विश्वास टाकायला हरकत नाही. पाच डॉलर्स किमतीचा कुत्रा त्यांनी फक्त मागितला तर तुम्ही मोटारी आणि परदेशच्या सहलीपर्यंत जाऊन पोचलात." मम्मीने त्यांची समजूत घातली.

मग मतमोजणी झाली. मम्मीने मतच दिले नाही. डॅडींनी विरोधी मत नोंदवले. अर्थात बहुमताने ठराव पास होऊन कुत्रा घरात आणला गेला. हे कुत्र्याचे पिलू वाढत गेले तसे त्याने फर्निचरवरच्या गाद्या, अभ्रे, टेबलक्लॉथ मळवायला सुरुवात केली. त्याने एकदा पोस्टमनच्या पोटरीचा चावा घेतला. डॅडींच्या भाकिताप्रमाणे तो

खरोखरच त्यांच्या पलंगाखाली झोपू लागला. त्याने पलंगाचे पाय कुरतडून ठेवले. एकूण त्या कुत्र्याने असा हैदोस घातला.

स्पर्शपद्धती

डॅडी-मम्मींच्या बहुतेक सर्व कल्पनांप्रमाणे कौटुंबिक समितीची कल्पनाही मुळात चांगली होती. तशा कधीकधी आम्ही त्यातल्या सूचना विकोपाला नेत असू. पण एकूण या समितीचे परिणाम चांगले दिसत होते. घरगुती खरेदी-समिती घरासाठी अन्नधान्य, कपडेलत्ते व फर्निचर इत्यादी खरेदी करी. दुसरी समिती वीजपाणी इत्यादी गोष्टी वाया घालवणाऱ्यांवर नजर ठेवून त्यांच्याकडून दंड वसूल करी. एका समितीकडे ठरल्याप्रमाणे कामे पार पडतात की नाही हेच पाहण्याचे काम होते. प्रत्येकाला खासगी खर्चाला किती पैसे द्यायचे, दंड-शिक्षा कुणाला कधी करायची व बक्षिसे कुणाला द्यायची हे ती ठरवी. डॅडींना वाटले होते त्याप्रमाणे आम्ही कुत्र्यापाठोपाठ घोडे, मोटारी, परदेशच्या सहली, पोहण्याचे तलाव मागितले नाहीत.

खरेदी समितीने एक मोठे दुकान शोधून काढले होते. या दुकानात आम्हाला घाऊक भावाने वस्तू स्वस्त मिळत. अगदी आतल्या कपड्यापासून खेळताना घालायच्या हातमोजापर्यंत. ही समिती खाण्याच्या हवाबंद डब्यातले जिन्नस सरळ एका कारखान्यातूनच मोठ्या प्रमाणावर आणीत असे.

शिवाय काही कामासाठी लीलीवासारखा पुकार करण्याची पद्धत मंडळाने शोधली होती. आमची धाकटी लिलियन आठ वर्षांची असताना पाठीमागच्या अंगणाचे भले मोठे कुंपण रंगवण्याचे काम तिने सत्तेचाळीस सेंट्समध्ये पत्करले होते. एवढी कमी मजुरी या कामासाठी इतर कुणीही न मागितल्यामुळे हे काम अर्थातच तिला मिळाले.

''हे काम तिच्या एकटीवर सोपवू नका. तशी ती लहानच आहे.'' मम्मीने डॅडींना सांगितले.

''करू दे तिला एकटीला. तिला पैशांची किंमत तर कळेलच, पण आपण एकदा शब्द दिला व काम पत्करले की ते पुरे करायला हवे ही जबाबदारीची जाणीवही होईल—'' डॅडींनी ठामपणे सांगितले.

लीलीला स्केट्स विकत घेण्यासाठी पैसे हवे होते. त्यामुळे हे काम आपल्याला जमेल, झेपेल असा तिने हेका धरला.

''एकदा काम स्वीकारलं की ते पुरं केलं पाहिजे.'' डॅडींनी बजावले.

''नक्की पुरं करीन.'' लीलीने ग्वाही दिली.

''ठीक. मग हे काम दिलं तुला.'' डॅडींनी सांगितले.

दररोज शाळा सुटल्यावर आणि सुटीच्या दिवशी सबंध दिवसभर काम करून रंग देणे पुरे करायला लीलीला दहा दिवस लागले. काम करून तिच्या हाताला फोड आले होते. कधीकधी ती इतकी दमायची की तिला रात्री झोपही यायची नाही. त्यामुळे डॅडींना इतकी काळजी वाटे की, त्यांनाही झोप यायची नाही; परंतु डॅडींनी तिला ते काम शेवटास न्यायला लावले.

"कृपा करून तिचं हे काम थांबवा. नाहीतर ती आजारी पडेल किंवा तुम्ही तरी काळजीनं आजारी पडाल.'' मम्मी काकुळतीने सांगे.

"नाही! तिला आता पैशांची किंमत कळते आहे आणि दिला शब्द पाळायला हवा हेही ती शिकते आहे. करू दे तिला तिचं कंत्राट पूर्ण.'' डॅडींनी ठामपणाने सांगितले.

"खरोखर तुम्ही अगदी शायलॉक आहात.'' चिडून मम्मी बोलली. पण डॅडींनी निर्धार सोडला नाही आणि ते मागे हटले नाहीत.

ज्या दिवशी लीलीने काम संपवले त्या दिवशी ती डॅडींकडे आली. "झालं माझं काम पूर्ण. मला वाटतं, आता तुमचं समाधान होईल. आता तरी मिळतील का मला सत्तेचाळीस सेंट्स?''

बोलता बोलता लीलीला रडायला यायला लागले.

डॅडींनी तिच्या हातांत पैसे मोजून दिले आणि ते म्हणाले, "रडू नको राणी! तुला तुझे डॅडी कसायासारखे दुष्ट वाटले असतील. पण त्यांनी केलं ते तुझ्या भल्यासाठीच केलं. आता जाऊन आपल्या बिछान्यात उशीखाली काय ठेवलं आहे ते पाहा, म्हणजे डॅडी आपल्यावर खरंच प्रेम करतात हे कळेल तुला.''

डॅडींनी तिला हवे होते तसले रोलर स्केट्स तिच्या उशीखाली ठेवले होते.

दंड वसूल करण्याचे काम फ्रेडकडे होते. एकदा झोपायला जाण्यापूर्वी घरातून चक्कर मारत असताना न्हाणीघरातला गरम पाण्याचा नळ कुणीतरी सोडून ठेवलेला त्याला आढळला. स्नानपात्रात काठोकाठ गरम पाणी भरले होते. जॅकला झोपून जवळजवळ एक तास झाला होता; परंतु फ्रेडने त्याला उठवले आणि म्हटले, "चल ऊठ आणि स्नान कर.''

"अरे पण मी नुकतंच झोपण्यापूर्वी स्नान केलं आहे.''

"ते माहीत आहे मला आणि तेव्हाच तू नळ बंद करायला विसरलास. आता स्नानपात्रभर साठलेलं गरम पाणी वाया का घालवायचं?'' फ्रेडने विचारले.

"मग तू कर ना त्या गरम पाण्यानं स्नान.'' जॅकने सुचवले.

"छे! मी स्नान सकाळी करतो आणि ते तुला माहीतही आहे.'' फ्रेडने उत्तर दिले.

गरम पाणी वाया घालवल्याबद्दल दंड भरण्यापेक्षा परत एकदा स्नान केलेले

बरे या विचाराने जॅक उठला आणि त्याने रात्री परत स्नान केले.

एके दिवशी डॅडी दोन ग्रामोफोन्स व तबकड्यांचे दोन ढीग घरी घेऊन आले. घरात शिरल्याबरोबर त्यांनी खुणेची शीळ घातली. त्याबरोबर धावतपळत येऊन त्यांच्या हातातले ओझे उतरवण्यास आम्ही त्यांना मदत केली.

"मुलांनो, हे दोन ग्रामोफोन्स व या तबकड्या मी तुम्हाला भेट म्हणून आणल्या आहेत."

"पण डॅडी, आपल्या घरी आहे की ग्रामोफोन." आम्ही म्हटले.

"ते माहीत आहे मला. पण तो ग्रामोफोन खाली असतो. हे दोन वरच्या मजल्यावर ठेवायचे आहेत."

"पण का?" आम्ही न राहवून विचारले.

"आजपासून आपण वेळेचा अपव्यय थांबवणार आहोत. यातला एक ग्रामोफोन मुलांच्या स्नानगृहात व दुसरा मुलींच्या स्नानगृहात ठेवण्यात येईल आणि तुम्ही दात घासताना, केस विंचरताना, स्नान करताना यातल्या तबकड्या वाजवायच्या."

"पण का?" आम्ही परत विचारले.

"का? का? का? प्रत्येक गोष्टीला कारण असायलाच हवं का?" डॅडींनी विचारले.

"नाही डॅडी! प्रत्येक गोष्टीला कारण हवंच असं नाही—" अर्नेस्टाइन शांतपणे म्हणाली, "पण जेव्हा तुमचा त्या गोष्टीत संबंध असतो आणि वेळेचा अपव्यय थांबविण्याची भाषा तुम्ही करता, तेव्हा तुम्ही नव्या पॉप संगीताच्या तबकड्या आमच्यासाठी आणाल असा विचार चुकूनही आमच्या डोक्यात येत नाही—"

"बरोबर आहे तुझं. या तबकड्या हलक्याफुलक्या पॉप संगीताच्या नाहीत." डॅडींनी कबूल केले. "पण पॉप संगीताइतक्याच त्या तुम्हाला आवडतील. या तबकड्या शैक्षणिक आहेत—"

"म्हणजे कसल्या?" ॲनने विचारले.

"फार मनोरंजक आहेत. जर्मन आणि फ्रेंच भाषेचे पाठ यात आहेत. तुम्ही या मुद्दाम लक्ष देऊन ऐकण्याची गरज नाही. त्या फक्त तुम्ही वाजवायच्या; म्हणजे आपोआप तुम्हाला या भाषा यायला लागतील."

"पण डॅडी या भाषा शिकण्याची आमची मुळीच इच्छा नाही."

मानसशास्त्राचा उपयोग करून गोडीगुलाबीने आम्हाला पटवून द्यायला डॅडींनी खूप वेळ प्रयत्न केला. पण त्यांच्या प्रत्येक प्रश्नाला आम्ही उपप्रश्न विचारू लागलो तेव्हा ते कंटाळून ओरडले, "आधी तोंड बंद करा आणि मी सांगतो ते ऐका. या साधनासाठी मी १६० डॉलर्स खर्च केले आहेत ते काय माझ्या स्वत:साठी? मला फ्रेंच आणि जर्मन भाषा उत्तम समजतात व बोलता येतात. इतक्या उत्तम की लोक

मला फ्रेंच किंवा जर्मन माणूस समजतात.''

ही मात्र अतिशयोक्ती होती. डॅडी जर्मन कसेबसे बोलू शकत. पण त्यांना फ्रेंच बोलणे काही फारसे जमत नसे. म्हणून ते व्यवसायाच्या काही कामासाठी युरोपला जात तेव्हा दुभाषी म्हणून मम्मीला नेत. कारण तिला कोणतीही भाषा लवकर समजू शकत असे.

''खरं म्हणजे यातला एक ग्रामोफोन व तबकड्या मला स्वत:ला वापरायला आवडतील. पण मी हे बक्षीस म्हणून खास तुमच्यासाठी आणले आहेत. तुम्ही ते वापरलेच पाहिजे. जर तुम्ही उठल्या क्षणापासून सर्व आन्हिकं आटोपून नाश्ता घ्यायला खाली येईपर्यंत हे ग्रामोफोन चालू राहिले नाहीत तर मी मुळीच खपवून घेणार नाही.''

पण डॅडी स्नान करत असताना कशी तबकडी लावता व बसवता येईल?'' बिलने शंका विचारली.

''एक तबकडी चालेपर्यंत सहज स्नान होतं.'' डॅडी उत्तरले.

ही गोष्ट मात्र खरी होती. ती आम्हाला पटवून देण्याकरता एक दिवस ते आम्हा मुलांना स्नानगृहात घेऊन गेले. तेथे स्नानपात्रात बसून त्यांनी साबणाची वडी हातात घेतली. ती उजव्या हाताने खांद्यापासून बोटापर्यंत डाव्या हाताला लावली. तो हात तसाच आतल्या बाजूने घेऊन खाकेपर्यंत साबणफेस लावला. मग हात तसाच खाली सरकवून डाव्या पायाच्या अंगठ्यापर्यंत नेला. हीच साबण वडी डाव्या हातात घेऊन डॅडींनी उजव्या खांद्यापासून पायाच्या अंगठ्यापर्यंत चोळली. त्यानंतर पाठ व पोट यावर भराभर हाताने साबणफेस लावला. चेहरा जरा काळजीपूर्वक धुतला आणि मग स्नानपात्रात पुरते अंग धुऊन काढून ते पात्राबाहेर आले. या क्रिया किती झटपट-एक तबकडी पुरी व्हायच्या आत करता येतात हे त्यांनी आम्हाला दाखवले. मुलींना हेच प्रात्यक्षिक दिवाणखान्यातल्या गालिच्यावर बसून करून दाखवले.

आता आम्हाला तक्रार करायला जागाच उरली नाही. रोज आम्ही स्नान करताना या तबकड्या लावू लागलो. थोड्याच दिवसांत मोडकेतोडके का होईना पण फ्रेंच आणि जर्मन बोलायला लागलो. पुढे दहा वर्षे या तबकड्या आमच्या स्नानगृहात वाजत राहिल्या. आता आम्ही या दोन्ही भाषा अस्खलितपणे बोलू शकतो. पुष्कळवेळा जेवताना आम्ही एकमेकांशी या भाषांत बोलू लागलो. आम्ही फ्रेंच बोलू लागलो की, डॅडींना गप्प बसावे लागे.

मग ते म्हणत, ''तुम्ही जर्मन भाषा बोलता ती जरा बरी वाटते आणि मला समजतेही. पण तुमचे फ्रेंच उच्चार इतके चमत्कारिक आहेत की मला वाटतं, तुम्ही स्वत:ची एक वेगळीच भाषा शोधून काढली आहे की काय, की जिचा फ्रेंच भाषेशी सुतराम संबंध नाही!''

डॅडींच्या या बोलण्यावर आम्ही सगळी हसलो. तसे ते चिडून मम्मीला म्हणाले, ''तुला नाही असं वाटत? फार विचित्र बोलतात नाही ही मुलं?''

''मला समजतं मुलं बोलतात ते सगळं आणि मला वाटतं, कुणीही त्यांना फ्रेंच समजेल एवढे त्यांचे उच्चार बरोबर आहेत.'' मम्मीने सांगितले.

त्यावर डॅडी प्रौढीने म्हणाले, ''त्याचं कारण हे आहे की, तू पण फ्रेंच भाषा अमेरिकेतच शिकली आहेस. माझं तसं नाही. मी फ्रेंच भाषा खुद्द पॅरिसमध्येच शिकलो आहे.''

''असेल बाबा! तसंही असेल.'' मम्मीने माघार घेत म्हटले.

त्या रात्री डॅडींनी आम्हा मुलांच्या खोलीतून ग्रामोफोन; फ्रेंच भाषेच्या तबकड्या हळूच आपल्या शयनगृहात नेल्या आणि रात्र होईपर्यंत त्या वाजत असलेल्या आम्हाला ऐकू येत होत्या.

डॅडींनी आमच्यासाठी ग्रामोफोन आणला त्याच सुमारास त्यांना रेमिंग्टन टाइपरायटरच्या कंपनीने सल्लागार नेमले. त्यांनी टंकलेखिका टंकलेखन करत असताना तिची फिल्म घेतली आणि मग तिच्या कोणत्या हालचाली अनावश्यक आहेत, त्या कशा टाळाव्या हे तिला समजावून दिले.

''मी एक पद्धत शोधून काढली आहे. त्यामुळं पंधरा दिवसांत टंकलेखन शिकता येईल.''

डॅडींच्या फुललेल्या चेहऱ्याकडे पाहून आम्हाला कळले की, त्यांच्या मनात याचा प्रयोग करून पाहण्याचे घोळत आहे.

''फक्त दोन आठवडे—'' परत ते बोलले, ''दोन आठवड्यांत मी एखाद्या छोट्या मुलालासुद्धा स्पर्शपद्धतीनं टंकलेखन शिकवेन.''

''तुम्हाला येतं डॅडी स्पर्शपद्धतीनं टंकलेखन करायला?'' बिलने विचारले.

''मी सांगतो त्या पद्धतीनं प्रयत्न केला तर दोन आठवड्यांत एखाद्या लहान पोरालासुद्धा येईल.''

दुसऱ्या दिवशी डॅडींनी एक पांढऱ्याशुभ्र रंगाचे नवे कोरे टंकयंत्र घरी आणले. बरोबर एक सोनेरी चाकू व घड्याळही आणले. यंत्रावरचे वेष्टण सोडून त्यांनी यंत्र जेवणाच्या टेबलावर ठेवले.

''मी या यंत्रावर टंकलेखनाचा प्रयत्न करू?'' मार्थाने विचारले.

''सर्वसाधारणपणे ही यंत्रं काळी असतात. हे यंत्र छान आहे यात शंकाच नाही. पण हे पांढऱ्या रंगाचं का आहे?'' ॲनने चौकशी केली.

''कारण त्यामुळे त्याचे फोटो चांगले येतील. दुसरं म्हणजे हे पांढरं यंत्र पाहिलं की ते चालवावं अशी इच्छा होते. का ते विचारू नकोस. त्यामागं मानसशास्त्रीय दृष्टी आहे.''

आम्हा सर्वांनाच ते यंत्र चालवावेसे वाटत होते. पण डॅडी कुणालाच त्याला हात लावू देत नव्हते.

"ज्याला शिकायचं आहे त्याला यावर परिपाठ करायला मिळेल. दोन आठवड्यांनंतर जो जास्त जलद टंकलेखन करेल त्याला हे शुभ्र यंत्र बक्षीस मिळेल. सोनेरी चाकू व घड्याळ वयोमानाप्रमाणे प्रावीण्याबद्दल मिळतील.''

आमची सर्वांत धाकटी दोन भावंडे अजून बोलायलाही लागली नव्हती. ती सोडून इतर सर्वांनी टंकलेखन शिकण्याची तयारी दर्शविली.

"मी आधी त्यावर परिपाठ करू?'' लिलियनने विचारले.

"मी सांगेपर्यंत कुणी त्याला हात लावायचा नाही. प्रथम मी या यंत्राची रचना तुम्हाला समजावून सांगतो.'' डॅडींनी एक कोरा कागद घेऊन तो यंत्रात बसवून रूळ कसा फिरवायचा ते दाखवले. मग दोन बोटे वापरून डॅडींनी आपले नाव टंकमुद्रित करून दाखवले.

"यालाच स्पर्शपद्धती म्हणतात?'' बिलने विचारले.

"नाही. ती पद्धत मी तुम्हाला नंतर शिकवणार आहे.''

"पण डॅडी, स्पर्शपद्धतीनं तुम्हाला टंकलेखन करता येतं?'' बिलने परत विचारले.

"मला ती पद्धत शिकवता येते असं म्हणू आपण.''

"परंतु तुम्हाला स्वत:ला ती येते का?'' बिलने डॅडींना छेडण्याचा चंगच बांधला होता.

"मला ती पद्धत शिकवता येते म्हणतोय ना?'' आता मात्र डॅडी भडकले,

"दोन आठवड्यांत एखाद्या छोट्या मुलालाही मी ती शिकवू शकेन. कॅरुसॉ या जगातल्या उत्कृष्ट गायकाच्या गुरूला म्हणे स्वत:ला गायला येत नाही. बिल आता मिळालं तुझ्या प्रश्नाचं उत्तर?''

"मिळालं असं वाटतंय.'' बिल उत्तरला.

आणखी कुणाला प्रश्न विचारायचे नसल्यामुळे डॅडींनी टंकयंत्रावरच्या अक्षरांची आकृती असलेले कागद आम्हा प्रत्येकाच्या हातात दिले.

"आता प्रथम तुम्ही सर्वांनी ही अक्षरं इथं आहेत; त्याच क्रमानं पाठ करायची. QWERTYUIOP ही अक्षरं वरच्या ओळीत आहेत. ती P पासून Q पर्यंत व P पासून उलट्या क्रमानं Q पर्यंत पाठ करा. अगदी डोळे मिटूनसुद्धा ती सुलट उलट म्हणता आली पाहिजेत. हे पाहा - अशी.''

मग डॅडींनी डोळे मिटले, पण हळूच एक डोळा किलकिला करून सर्व अक्षरे उलटसुलट म्हणून दाखवली.

"हात्तिच्या! हेच का शिकायचं?'' आम्ही एकमेकांकडे पाहिले.

"मला माहीत आहे, तुम्हा सर्वांना लगेच या टाइपरायटरवर काहीतरी टाइप करायचं आहे होय ना?"

माना डोलावण्यापलीकडे दुसरे काय करणार आम्ही?

"ठीक. दोन-चार दिवसांत तुम्हाला हा वापरायला मिळेल. आधी अनुक्रमानं अक्षरं पाठ करायची. मग कोणतं बोट केव्हा वापरायचं ते शिकायचं. त्यानंतर हे यंत्र वापरायला मिळेल. पाहू तुमच्यातला कोण हे यंत्र बक्षीस म्हणून मिळवतो."

मग आम्ही ती सर्व अक्षरे अनुक्रमाने ओळीनुसार पाठ केली. डॅडींनी निळा, पिवळा, लाल अशा वेगवेगळ्या रंगाने आमची बोटे रंगविली. हेच रंग टाइपरायटरवरील विवक्षित अक्षरांना लावले. उदाहरणार्थ Q, A, Z या अक्षरांवर अंगुली टेकवायची म्हणून अंगुलीला निळा रंग व या अक्षरांना पण निळाच रंग!

"आता तुम्ही कोणत्या अक्षरावर कोणतं बोट टेकवायचं याचा सराव करा. तुम्हाला चांगला सराव झाला की मग आपण प्रत्यक्ष यंत्र वापरायला सुरुवात करायची."

दोन दिवसांत योग्य अक्षरावर योग्य बोट टेकविण्याचा आम्हाला चांगला सराव झाला. पण सर्वांत आधी हे अर्नेस्टाइनला जमले म्हणून टाइपरायटरपुढे बसण्याची पहिली संधी तिला मिळाली. तिने मोठ्या प्रौढीने खुर्ची टाइपरायटरपुढे ओढली. आम्ही सर्व तिच्याभोवती उभे राहिलो.

"हे काय हो डॅडी? तुम्ही सर्व अक्षरांना काळ्या टोप्या घालून ती झाकून टाकली आहेत. आपण काय लिहितो आहे हे दिसतच नाही आता!" अर्न कुरकुरली.

"पण दिसायची गरजच काय? तू ती अक्षरं पाठ केली आहेस व कोणतं बोट कुठं टेकवायचं हे पण तुला माहीत आहे."

अर्नेस्टाइनने प्रथम हळूहळू सुरुवात केली. पण मग तिचा वेग वाढू लागला. तिची बोटे पटापट अक्षरे दाबू लागली. तिच्या पाठीमागे आपल्या हातात अक्षरांचा कागद घेतलेले डॅडी उभे होते. अर्नने काही चूक केली की, ते पटकन तिच्या डोक्यावर पेन्सिलीने मारत.

"हे हो काय डॅडी? मारू नका ना. दुखतं त्यामुळे आणि काही चुकलं की तुमची पेन्सील डोक्यावर आदळणार या विचारानं मन एकाग्रही करता येत नाही." अर्नन‌ं तक्रार केली.

"दुखावं म्हणून तर मारतोय. तुझी बोटं योग्य अक्षरावर पडावी अशी सूचना तुझ्या मेंदूनं द्यायला हवी." डॅडी म्हणाले.

अर्न टंकलेखन करत राहिली. चार-सहा अक्षरांनंतर एखादे चुकायचे. लगेच डॅडींच्या हातातली पेन्सील तिच्या डोक्यापर्यंत पोचायची. हळूहळू तिच्या चुका

कमी होत गेल्या तशी डॅडींनी हातातली पेन्सील खाली ठेवून दिली.

''शाबास! मला वाटतं, अर्नी हे यंत्र बक्षीस मिळवणार.'' डॅडी बोलले.

डॅडींनी म्हटल्याप्रमाणे दोन आठवड्यांत आम्ही सर्व मुले (सहा वर्षांखालची मुले सोडून) व मम्मी टाइप करायला शिकलो. अर्थात आम्हाला जलद टंकलेखन जमले नसले तरी बिनचूक टंकलेखन मात्र जरूर जमले होते.

थोड्याच दिवसांत डॅडींनी जलद टंकलेखनाच्या राष्ट्रीय पातळीवरच्या स्पर्धेत अर्नचे नाव नोंदवले. परंतु मम्मीने त्याला अगदी कसून विरोध केल्यामुळे तिला या स्पर्धेत भाग घेता आला नाही.

''मला माझ्या मुलीच्या कर्तृत्वाचं प्रदर्शन मांडायचं नाही आहे. पण योग्य प्रकारे गती व हालचाली यांचा अभ्यास करून जर शिक्षण दिलं, तर काय चमत्कार घडू शकतात हे जगाला दाखवायचं आहे.'' डॅडींनी मम्मीला समजावून सांगितलं.

''मला ही कल्पना नाही पटत. आधीच अर्न जरा चढेल आहे. त्यातून तिनं खरंच बक्षीस मिळवलं तर मग विचारायलाच नको. खरंतर आपल्या सर्वच मुलांना स्वत:विषयी जादा प्रौढी आहे.'' मम्मीने म्हटले.

मग डॅडींनी आम्हा सर्वांची, कागदावरच्या अक्षरांवर रंगविलेल्या बोटांनी सराव करत असल्यावेळची व नंतर प्रत्यक्ष टंकलेखन-यंत्रावर टाइप करत असतानाची चलचित्रं घेतली.

''ही मी माझ्या फाइलमध्ये ठेवणार आहे.'' डॅडींनी मम्मीला असे सांगितले, परंतु महिन्याभरातच ती सिनेमाच्या आधी जी बातमीचित्रे दाखवितात, त्यात दाखविली जाऊ लागली. आमच्या मस्तकावर आघात करणारी पेन्सील मात्र त्या चित्रात दाखविली नव्हती.

डॅडींच्या दृष्टीने जेवायला लागणारा वेळ म्हणजे फुकट दवडला जाणारा वेळ होता. म्हणून डॅडी त्या वेळात आम्हाला कसले ना कसले शिक्षण देऊ पाहत. आमच्याकडचा जेवणाच्या वेळचा पहिला नियम म्हणजे 'जे सर्वांना मनोरंजक वाटेल तेच बोलायचं.'

कोणता विषय सर्वांनाच मनोरंजक वाटेल हे डॅडीच ठरवत व आपण स्वत: जे बोलतो, ते सर्वांना मनोरंजकच वाटते असा त्यांचा समज होता. पण त्यामुळे इतरांची मात्र पंचाईत व्हायची.

''बरं का, आमच्या इतिहासाच्या वर्गात एक इतका खुळचट मुलगा आहे...'' ॲन सुरुवात करायची.

''पण दिसायला कसा आहे तो? छान आहे?'' अर्न विचारायची. ॲन उत्तर देणार एवढ्यात डॅडी ओरडायचे, ''हा विषय सर्वांना मनोरंजक वाटत नाही.''

''पण मला वाटतोय.'' मार्था मध्येच बोलायची.

"मला मात्र हा विषय अतिशय कंटाळवाणा वाटतोय. आता समजा की ॲनच्या वर्गात दोन डोकी असलेला मुलगा असेल तर मात्र तो विषय सर्वांना मनोरंजक वाटेल." डॅडी आपले मत सांगत.

जेवायला बसण्यापूर्वी मम्मी एका बाजूने खाद्यपदार्थांच्या बश्या भरून देई आणि डॅडी दुसऱ्या बाजूने संभाषणासाठी विषय सुरू करून देत.

"आज मला भारतातून परतलेला एक इंजिनीअर भेटला होता. तो म्हणत होता..."

डॅडींनी अशी सुरुवात केली की आम्हाला कळून चुकायचे की, भारतातील कसली तरी साधीसुधी गोष्ट आज आपल्याला मनोरंजक म्हणून ऐकावी लागणार.

कधी, बश्या टेबलावरून गोळा करून नेऊन विसळणे हा विषय डॅडी घेत. कारण 'गती व हालचाली' हा तर डॅडींचा कायमचा मनोरंजक विषय. सर्व बश्या टेबलावरच गोळा करून मग त्यांची चळत विसळण्यासाठी न्यावी का थोड्या बश्या न्यायच्या, विसळून उभ्या करायच्या, मग परत थोड्या बश्या नेऊन विसळायच्या, ही पद्धत जास्त सोईस्कर? "आज आपण जेवणानंतर टेबलाच्या अर्ध्या भागातल्या बश्या एकदम गोळा करून नेऊन विसळायच्या व अर्ध्या भागातल्या बश्या थोड्या थोड्या नेऊन विसळायच्या. दरम्यान, मी हातात घड्याळ घेऊन बसतो व दोन्ही तऱ्हेच्या कामाला किती वेळ लागतो ते पाहीन." डॅडी म्हणाले.

एकदा डॅडींच्या मनात आले की, कागद व पेन्सील न घेता मोठ्या आकड्यांचे गुणाकार मनातल्या मनात करायला आम्हाला शिकवायचे. उदाहरणार्थ ४६ × ४६ आता हा ४६ आकडा पंचवीसपेक्षा किती मोठा? एकवीसने. परत ४६ हा आकडा पन्नासपेक्षा किती लहान? ४ ने. मग चाराचा वर्ग करून ते एकवीसच्या पुढे मांडायचे, की झाले ४६ × ४६ चे उत्तर - २११६.

दुसरे उदाहरण ४४ × ४४ चे देता येईल. हा आकडा पंचवीसपेक्षा १९ ने मोठा पन्नासपेक्षा सहाने लहान. सहाचा वर्ग छत्तीस, म्हणजे ४४ × ४४ चे उत्तर १९३६.

डॅडींनी आम्हाला असे दोन अंकी आकड्यांचे गुणाकार मनातल्या मनात कसे करायचे हे शिकवण्याचे आपल्या मनात आहे असे सांगितले. त्याबरोबर ॲन म्हणाली, "हा विषय आम्हा सर्वांना मनोरंजक वाटण्याजोगा नाही."

"आता जर तुम्ही दोन अंकी आकड्याला दोन डोकी असलेल्या वासरानं गुणायला शिकवलं तर मात्र तो विषय मनोरंजक वाटेल." अर्नेस्टाइनने मागचे उट्टे फेडून घेतले.

"ज्यांना हा विषय मनोरंजक वाटत नाही, त्यांनी टेबलावरून उठून सरळ आपल्या खोलीत जावं" डॅडींनी शांतपणे सांगितले, "पण मला समजलं आहे की

आज जेवणानंतर सफरचंदाचा एक सुंदर पदार्थ खायला दिला जाणार आहे.''

या घोषणेनंतर कुणीही टेबलावरून उठले नाही. ते पाहून डॅडी म्हणाले, ''तुम्ही सर्वजण उठून न जाता इथं बसला आहात त्या अर्थी हा विषय तुम्हाला मनोरंजक वाटत असावा.''

दोन अंकी आकड्यांचे गुणाकार कसे करावे हे ते समजावून सांगू लागले. या पद्धतीत पंचवीसपर्यंतच्या आकड्यांचे वर्ग लक्षात ठेवायला हवे होते आणि ते जरा कठीण होते. पण डॅडींनी या बाबतीत घिसाडघाई केली नाही. हळूहळू दमाने घेतले. काही महिन्यांनंतर मोठ्या मुलांना हे गुणाकार यायला लागले.

डॅडी विचारायचे, ''१९ × १७?''

''३२३'' उत्तर यायचे.

''शाबास बिल!''

''५२ × ५२?''

''२७०४'' मार्था सांगायची.

हे चालू होते तेव्हा डॅन पाच वर्षांचा व जॅक तीन वर्षांचा होता. एकदा रात्री जेवताना डॅडी डॅनला भराभर आकड्यांचे वर्ग विचारत होते. आता या प्रश्नांना मनातल्या मनात गणित किंवा गुणाकार करायची गरज उरली नव्हती. पाठांतर हवे होते.

''१५ × १५?'' डॅडींनी विचारले.

''२२५'' डॅन उत्तरला.

''१६ × १६?''

मम्मीच्या शेजारच्या उंच खुर्चीवर जॅक बसला होता. त्याने उत्तर दिले ''२५६.''

प्रथम डॅडींना वाटले, मुलांपैकीच कुणीतरी वात्रटपणा करतो आहे. ते म्हणाले, ''मी डॅनला प्रश्न विचारतो आहे. मोठ्या मुलांनी आपलं शहाणपण दाखविण्याची गरज नाही.''

''हं सांग डॅन, १६ × १६ किती?''

परत जॅकने उत्तर दिले, ''२५६.''

''काय म्हणालास, जॅकी?''

''२५६.'' जॅकने उत्तर दिले.

डॅडींनी जॅकला विचारले, ''मी मोठ्या मुलांना प्रश्न विचारतो, तेव्हा त्यांनी दिलेली उत्तरं तू पाठ करतोस का?''

आपण करतो हे चांगले की वाईट ते जॅकला कळेना. त्याने फक्त होकारार्थी मान हलवली.

"आता तू जर १७ × १७ किती ते सांगितलंस तर मी हे नाणं तुला बक्षीस देईन." खिशातून एक नाणे काढत डॅडी म्हणाले.

"२८९." जॅकने उत्तर दिले.

त्याला ते नाणे बक्षीस देत डॅडी अत्यानंदाने म्हणाले, "पाहिलंस लीली?"

मनातल्या मनात गणित करण्यात आमच्या कुटुंबात मार्था अतिशय हुशार होती. हे प्रावीण्य तिने अकराव्या वर्षीच मिळविले होते.

आपण अर्नेस्टाइनला टंकलेखनाच्या राष्ट्रीय स्पर्धेत पाठवू शकलो नाही याची डॅडींना खंत वाटत होती.

निदान मार्थाला तरी न्यूयॉर्क येथील गणिते सोडविणाऱ्या गणकयंत्रापुढे न्यावे असे त्यांना वाटत होते आणि तसा त्यांनी आग्रहही धरला.

"मागच्या खेपेस तुझं ऐकलं मी, लीली! कारण अर्न प्रत्यक्ष त्या स्पर्धेत भाग घ्यायला गेली नाही तरी मी मुलांची फिल्म घेऊन ती पाठवू शकलो. पण हिच्या तोंडी गणिताची मी कशी काय फिल्म घेणार? तेव्हा आता तू काही म्हटलंस तरी मी मार्थाला न्यूयॉर्कला घेऊन जाणारच—"

मार्था डॅडींच्या बरोबर न्यूयॉर्कला गेली. विचारलेल्या प्रश्नांची उत्तरे तिने गणकयंत्रापेक्षाही लवकर दिली. अर्थात डॅडी तिला धीर द्यायला जवळ उभे होतेच. प्रश्नोत्तरानंतर सर्व लोकांनी टाळ्या वाजवून मार्थाचे कौतुक केले, तेव्हा अगदी नम्रपणाने डॅडी बोलले, "खरं म्हणजे हा अगदी फार मोठा पराक्रम नाही. माझा एक मुलगा आहे, तोही हिच्याएवढीच जलद उत्तरं देतो. त्याला मी बरोबर आणलं असतं. पण त्याची आई नको म्हणाली. कदाचित पुढच्या वर्षी तो चार वर्षांचा होईल, तेव्हा आणेन."

◆

चार

घरात आम्ही बारा मुले असलो तरी मम्मी प्रत्येकाकडे एक स्वतंत्र व्यक्ती म्हणून पाही. आमचा प्रत्येकाचा स्वभाव भिन्न आहे आणि प्रत्येकाला जगात स्वतंत्रपणे मार्ग काढावा लागणार आहे हे तिने ओळखले होते. डॅडी मात्र आम्हा सर्वांना, एका नियंत्रणाखाली वाढवून ज्यांचा सर्वांगीण विकास साधायचा आहे असा एक गट समजत. त्यांच्या मते ॲनच्या विकासासाठी जे चांगले, तेच छोट्या जॅकसाठीही चांगले.

आम्हा मुलांना इयत्ता गाळून वरच्या वर्गात बसविणे हा डॅडींच्या योजनेचा एक भाग होता. त्यांच्या मते साधारण बुद्धीच्या मुलांसाठी जी शाळेतील इयत्तांची पद्धती असे, ती आमची प्रगती खोळंबवेल म्हणून ती आमच्यासाठी योग्य नव्हे.

आमची प्रगती कुठपर्यंत आली आहे, तो वर्ग गाळून पुढे जाण्याइतपत झाली आहे की नाही हे पाहायला डॅडी वरचेवर शाळेत येत. न सांगता, न कळवता येत. आम्हाला ते घरी मनोरंजक पद्धतीने शिकवत. स्पेलिंगचे खेळ, भूगोलाची कोडी, गणिताची प्रमेये आणि भाषा यांचा बराच अभ्यास त्यांनी करवून घेतलेला असे. त्यामुळे एखादी इयत्ता गाळण्याच्या दृष्टीने आमची तयारी झालेली असे. पण डॅडींना वाटे, आम्ही याहून अधिक प्रगती दाखवली पाहिजे.

जो एखादी इयत्ता गाळण्याची चांगली तयारी करे त्याला नवी कोरी सायकल बक्षीस मिळे. आम्हाला स्वत:ला अशा इयत्ता गाळणे आवडत नसे. आधी आपल्या वर्गाचा संपूर्ण वर्षाचा अभ्यास करायचा आणि वरच्या वर्गात गेले की, तिथे त्या वेळेपर्यंत झालेला अभ्यास भरून काढायचा. जुने मित्र सोडायचे आणि नव्या मुलांशी मैत्री जोडायची. त्यामुळे हे सर्व नको वाटायचे. पण नव्या सायकलीचे प्रलोभन मोठे होते. शिवाय कुठल्याही क्षणी आपले एखादे धाकटे भावंड आपल्या

वर्गात येऊन धडकण्याची शक्यता असे. ही तर फारच लाजिरवाणी गोष्ट! म्हणूनच एखादे धाकटे भावंड वरच्या वर्गात चढण्याचा प्रयत्न करत आहे हे कळले की, त्याच्या वरचे प्रत्येक मूल पिसाटासारखे अभ्यासाच्या मागे लागे.

असल्या या प्रकाराचे दुष्परिणाम मम्मीच्या लक्षात येत. काही विषयांत आमच्या वयाच्या मानाने आम्ही प्रगती करत असलो तरी वर्गाचे पुढारीपण, समाजशीलता वगैरे विषयांत आम्ही मागे पडतो हे ती ओळखून होती. परंतु तिला हेही माहीत होते की, आपल्या डोळ्यांदेखत जास्तीत जास्त मुलांची शिक्षणे व्हायला हवीत असे डॅडींना वाटत होते. ते आता पन्नाशीला आले होते.

आमचा सर्वांत धाकटा भाऊ जॅक प्रत्येक विषयात नेहमी 'ए' ग्रेड मिळवायचा. डॅडींना त्याचा फार अभिमान वाटे. आमच्यापैकी ज्यांचे निकाल चांगले लागत नसत, त्यांना मोठी भावंडे, डॅडी व मम्मी शिकवत. शिकवताना डॅडी कधीही रागवत नसत. त्यांना वाटे, आपल्या मुलाला कमी गुण मिळाले यात शिक्षकांचाच काहीतरी दोष आहे.

आम्ही मॉंटक्लेअरला राहायला आल्यावर आमची नावे शाळेत घालणे हे पहिले महत्त्वाचे काम होते. एके दिवशी डॅडींनी आम्हा आठ भावंडांना आपल्या 'पिअर्स ॲरो' या मोटारीत बसवले व आम्ही निघालो.

प्रथम निशेन हा थांबा लागला. तिथे लाल विटांची प्राथमिक शाळा होती. शाळेला दोन दरवाजे होते. एकावर 'मुलींकरता' व दुसऱ्यावर 'मुलांकरता' असे लिहिले होते.

''फ्रँक, बिल, लीली, फ्रेड चला उतरा. ही तुमची शाळा आणि चेहऱ्यावर असे घाबरलेले, बावचळलेले भाव नकोत. ताठ मानेनं चला—'' डॅडींनी सांगितले.

आम्ही खाली उतरलो.

''ॲन, अर्न, मार्था, मेरी, चला, तुम्ही पण उतरा—''

''नको डॅडी.''

''का?''

''डॅडी, आम्ही कशाला उतरायचं? ही काही आमची शाळा नव्हे.''

''ते माहीत आहे मला. पण आपलं कुटुंब कसं दिसतं ते त्यांना दाखवायचं आहे मला. वेळ असता तर पटकन घरी जाऊन तुमची मम्मी व छोटी मुलं पण आणली असती.'' - डॅडी.

आता आपण खाली उतरायला वेळ लावला तर डॅडी खरेच मोटार वळवून घरी परत जातील आणि उरलेल्यांना घेऊन येतील या भीतीने ॲन, अर्न खाली उतरल्या.

आम्ही 'मुलांकरता' असे लिहिलेल्या प्रवेशद्वाराकडे वळलो. मुली दुसऱ्या

प्रवेशद्वाराकडे वळल्या.

"ए, तिकडं कुठं चाललात?" डॅडींनी मुलींना विचारले.

"मुलींकरता ते प्रवेशद्वार आहे—" त्या बोलल्या.

"असल्या खुळचट नियमांकडं लक्ष द्यायचं आपल्याला कारण नाही. हे काय छोट्या मुलांचं सैनिकीकरण आहे?"

"शू! डॅडी, त्यांना ऐकू जाईल ना!"

"जाऊ दे ऐकू, नाहीतरी मी त्यांना सुनावणारच आहे."

मग मुले, मुली, डॅडी अशी आम्ही सर्वजण मुलांकरिता ठेवलेल्या प्रवेशद्वारातूनच आत शिरलो. वर्ग चालू झाले होते. आम्ही आठ जण व्हरांड्यातून हेडमास्तरांच्या खोलीकडे पोहोचेपर्यंत वर्गावर्गातून मुले आमच्याकडे कुतूहलाने पाहत होती. एक शिक्षिका तर आम्हाला पाहायला वर्गाच्या दारापर्यंत आली.

"गुड मॉर्निंग मिस!" डॅडी बोलले, "आज तुमच्या शाळेवर गिलब्रेथ कुटुंबाची धाड... नाही- अर्ध्याच गिलब्रेथ कुटुंबाची धाड आली आहे. कारण गिलब्रेथ कुटुंबातील अजून बरीच मुलं व त्यांची आई घरीच आहे. असो. छान आहे आजची हवा नाही?"

"हो! छान आहे." शिक्षिकेने हसून म्हटले.

निशेन शाळेच्या हेडमिस्ट्रेस वयस्क होत्या. डॅडींच्या इतक्याच जाड, पण ठेंगण्या होत्या. त्यांचा आवाज फार मधुर होता. बहुतेक त्या चांगल्या प्रेमळ असाव्या. पण त्या शाळेच्या मुख्याध्यापिका असल्याने आम्हाला त्यांची भीती वाटत होती.

"गुड मॉर्निंग, मॅडम!" डॅडी मान झुकवून बोलले. "मी मि. गिलब्रेथ. यातल्या चारच मुलांची नावं तुमच्या शाळेत नोंदवायची आहेत. तुम्हाला माझ्या मुलांची साधारणपणे कल्पना यावी म्हणून बाकीची आणली आहेत. सगळी एकजात पिवळट तांबूस केसांची आहेत."

"ठीक आहे. आम्ही तुमच्या मुलांची नीट काळजी घेऊ. मुलांना पोहोचवून जायला तुम्हीच आलात हे छान झालं." बाई बोलल्या.

"मी फक्त मुलांना पोहोचवून जायला नाही आलो. मला कसलीही घाई नाही. आजची सकाळ इथं घालविण्याच्या तयारीनंच मी आलो आहे. या मुलांच्या शिक्षकांना भेटून ती कोणत्या इयत्तेत बसविता येतील ते पाहायचं आहे." डॅडींनी आपला मनोदय सांगितला.

"बरंतर, मी शिक्षकांची तुमच्याशी ओळख करून देते. ही मुलं कोणत्या वर्गात बसवायची हे त्यांच्या वयावर अवलंबून राहील."

"जरा थांबा हं. वयावर अवलंबून म्हणजे बौद्धिक वयावर अवलंबून ना?

ठीक, बिल, इकडे ये. तुझं वय काय? आठ वर्षं ना?" डॅडींनी विचारले.

बिलने मान डोलावली.

डॅडींनी विचारले, "तुमच्या शाळेत आठ वर्षांची मुलं कोणत्या वर्गात बसतात?"

"तिसऱ्या इयत्तेत—" बाईंनी उत्तर दिले.

"तर मग कृपा करून याला पाचवीत बसू द्या."

"पाचवीत? फार तर चौथीत बसवता येईल." बाई बोलल्या.

"मादाम, तुम्हाला कोलंबियाची राजधानी माहीत आहे? १९१० साली झालेल्या शरणागतीप्रमाणं 'माइन' गावची लोकसंख्या माहीत आहे? २६ × ४६ × ४६ चं उत्तर चटकन सांगता येईल? आता शाळेच्या मुख्याध्यापिका असल्यामुळे याची उत्तरं तुम्हाला देता येतीलही. पण आमच्या आठ वर्षांच्या बिलला ही सर्व माहीत आहेत आणि बाटलीनं दूध पिण्याच्या वयाचा जॅकसुद्धा याची उत्तरं देईल."

डॅडींच्या या वक्तव्यावर माघार घेत बाई बोलल्या, "ठीक आहे. बसवा तुमच्या मुलाला पाचवीत—"

अशा रीतीने एकदा आम्हा सर्वांना शाळेत घातल्यावर डॅडी मनात येईल तेव्हा शाळेला भेट देऊ लागले. भेट देताना ते शाळेचे सर्व नियम धाब्यावर बसवत. त्यामुळे त्यांच्या भेटीची आम्ही धास्तीच घेतली होती. 'प्रवेश' असे लिहिलेल्या दारातून बिनदिक्कत बाहेर पडत. खाली उतरण्यासाठी राखून ठेवलेल्या जिन्याने वर चढून जात. कधीकधी शाळेच्या आत शिरल्यानंतरही डोक्यावरची हॅट काढत नसत. असल्या प्रकारच्या एका चुकीसाठीसुद्धा मुलांना शाळा सुटल्यानंतर एक आठवडाभर शिक्षा भोगावी लागे. मग डॅडी तर सगळे नियम मोडत. त्यांना शिक्षा देऊन सुधारण्याचे बाईंनी मनात आणले असते, तर त्यांना किती दिवस 'सुधार-शाळेत' राहावे लागले असते देव जाणे!

पण हे सगळे असले तरी शिक्षिका डॅडींच्या भेटीवर खूश असत. डॅडींनी एकदा शाळेच्या सभेत भाषण करावे म्हणून मुख्याध्यापिका केव्हाच्या त्यांना आग्रह करत होत्या.

डॅडी-मम्मींच्या नम्र, लाघवी शिष्टाचाराचा शिक्षिकांवर चांगला परिणाम झाला होता.

कधीकधी झेंडावंदन चालू असताना डॅडी दिलखुलास हसत आत येऊन टपकत. वर्गात झेंडावंदन चालू असताना आत शिरायचे नाही हा नियम बालवर्गालासुद्धा माहीत होता. बाहेर आग लागल्याचा इशारा देण्याकरतासुद्धा कुणी आत येण्याचे धाडस केले नसते. पण डॅडी बिनदिक्कत आत येत. मुलांना वाटे, आता मिस बिलसॉप डॅडींवर कडाडणार. तर उलट, त्या डॅडींकडे पाहून स्मित करत. मग डॅडी झेंड्याला वंदन करत व मुलांच्या बरोबरीने मोठ्या आवाजात देशाची प्रतिज्ञा म्हणत.

झेंडावंदनानंतर येशूची प्रार्थना होई. ती संपल्यावर मुले डोळे मिटून खाली बसून मस्तक बाकावर टेकवायची. मग शिक्षिका 'हे आकाशातल्या बापा' अशी दुसरी प्रार्थना सांगत.

पण त्या आधीच डॅडी म्हणत, "गुड मॉर्निंग मिस बिलसॉप. ए फ्रँक, मला पाहून पुस्तकात तोंड लपवतोस होय रे लबाडा! मुलांनो, मी या फ्रँकचा पिता आहे. तुमच्या अभ्यासात व्यत्यय आणतो आहे याबद्दल माफ करा हं. मी तुमचा फार वेळ घेणार नाही."

यावर मुले हसत. डॅडीही हसत.

मग डॅडी फ्रँकच्या अभ्यासाची सर्व चौकशी करत. तो वर्गाबरोबर आहे ना, त्याला जास्त मेहनतीची जरुरी आहे का, तो वर्गात गैरशिस्त वर्तन करत नाही ना आणि मुख्य म्हणजे ही इयत्ता गाळून पुढच्या वर्गात जाण्याइतकी त्याची प्रगती आहे का हे सर्व विचारत. त्याचबरोबर बाईंना खूश करण्यासाठी फ्रँक आपल्या बाईंची घरी फार स्तुती करत असतो हेही सांगत. थोडावेळ मिस बिलसॉपचे बोलणे ऐकत आणि मग दुसऱ्या वर्गातील गिलब्रेथ अपत्याची चौकशी करण्याकरता पुढच्या वर्गात शिरत.

ते गेल्यानंतर बाई हसतमुखाने मुलांना प्रार्थना सांगत. डॅडी गेल्यावर आम्हाला वाटे, आता मधल्या सुटीत मुले आपल्याला डॅडीवरून चिडवणार. कुणी त्यांना 'जाड्या' म्हणेल, तर कुणी म्हणेल, साधे शिष्टाचाराचे नियम पण त्यांच्या वडिलांना माहीत नाहीत.

पण उलट मुले म्हणत, "किती धीट आहेत तुमचे डॅडी. कुण्णाकुण्णाला भीत नाहीत. नाही रे?"

मग आम्ही अभिमानाने होकार देत असू. पण कधीकधी त्यांच्या अशा शाळेत येण्याची आम्हाला लाज वाटे. तसे आम्ही एकदा त्यांना सांगूनही टाकले. तेव्हा ते जरा दुखावल्यासारखे झाले व म्हणाले, "मलासुद्धा अशी यायची लाज वाटते. पण जगात अशी लाज बाळगून चालत नाही. ती चेहऱ्यावर न दाखविण्याचं कसब आपण शिकलं पाहिजे आणि माझ्या अशा अचानक येण्यानं पुष्कळ फायदे होतात."

डॅडी आम्हाला एखादे भावंड झाले म्हणजे त्याचे नाव ठेवण्यापुरते चर्चमध्ये जात. एरवी जात नसत. त्यामुळे रविवारच्या प्रवचनासाठी आमची नावे नोंदवायला मम्मीलाच जावे लागे. डॅडींचा देवावर विश्वास होता. पण चर्चमधल्या प्रवचनकारांविषयी त्यांचे मत चांगले नव्हते.

कावळ्याची नजर, सुटलेले पोट व पृष्ठभाग, मोठा चेहरा व रिकामे डोके म्हणजे चर्चमधला प्रवचनकार अशी ते टिंगल करत.

डॅडींची प्रवचनकारांविषयीची नावड ते एकदा युरोपच्या प्रवासाला गेले होते तेव्हापासून निर्माण झाली होती. त्या प्रवासात त्यांचा संबंध असल्या लोकांच्या एका शिष्टमंडळाशी आला होता.

डॅडी सांगत, ''जेवण चालू असताना हे प्रवचनकार सर्व संभाषणाचा कबजा स्वत:कडं घेत. जेव्हा त्यांना मुद्देसूद उत्तर देता येत नसे, तेव्हा खुद्द येशूनं असं म्हटलं आहे असं सांगून चर्चेतून माघार घेत. बोलत अगदी शहाजोगपणे. पण दृष्टी असे बोटीवरच्या स्त्री-नोकराकडं. त्या स्त्रियांच्या पृष्ठभागाला चिमटे काढणं, त्यांना डोळे मारणं वगैरे त्यांचे चाळे चालत.''

डॅडींचे चर्चविषयीचे मत काही असो, पण प्रत्येक ख्रिश्चनाला बायबलचे ज्ञान असले पाहिजे म्हणून आम्ही रविवारच्या चर्चमधल्या वर्गाला जावे असे त्यांना वाटे.

ते रविवारी आम्हा मुलांना व मम्मीला चर्चमध्ये सोडत व आपण मोटारीतच बसून न्यूयॉर्क टाइम्स वाचत.

हिवाळ्यात मम्मी त्यांना म्हणे, ''बाहेर थंडी असते म्हणून तरी चर्चमध्ये येऊन बसा, उबदार जागेत—''

पण ते म्हणत, ''नको. इथं थंडीवाऱ्यामुळे सर्दी होऊन मला मरण आलं तर मला त्या विधात्याला सांगता तरी येईल की, इतरांच्या कुत्सित नजरेची पर्वा न करता आणि चर्चमधल्या काळ्या झगेवाल्या प्रवचनकारांची मदत न घेता मी सरळ तुझ्या भेटीला आलो आहे.''

''निदान कुणाला दिसणार नाही अशा जागी तरी गाडी उभी करा.'' मम्मी विनवून सांगायची.

''हे पाहा, साऱ्या जगातल्या ख्रिश्चनांनी मला नावं ठेवली तरी मला पर्वा नाही. शिवाय माझा फक्त कॅथालिक पंथावर विश्वास आहे. मला माहीत असलेले कॅथालिक प्रवचनकार निदान चिमटे तरी घेत नाहीत—''

''असे चिमटे ना?'' अर्नेस्टाइनने ॲनच्या पृष्ठभागाला चिमटे काढत विचारले.

''शू! हात मागं घे.'' मम्मीने तिला दटावले व डॅडीकडे वळून म्हटले, ''मुलांपुढे बोलताना जरा सांभाळून बोला. ती सगळे नीट लक्षात ठेवतात—''

''बरं झालं. त्यांना चर्चमधले प्रवचनकार कसे असतात ते जेवढं लवकर कळेल तेवढं बरं!'' डॅडी म्हणाले.

आपल्याला चर्चमध्ये जायला आवडते असे मम्मी म्हणाली तरी रविवारी आमचा क्लास सुटला की, ती तडक घरी निघायची. मग डॅडी खवचटपणे म्हणायचे, ''तू थांब ना हवी तर आणखी थोडा वेळ. मी मुलांना घरी नेतो आणि थोड्या वेळानं तुझ्यासाठी परत गाडी घेऊन येतो.''

''या रविवारी नको. पुढं पाहू.'' मम्मी सांगायची.

"अशानं फक्त रविवारी या क्लासात हजर राहून तू सेंट पीटरच्या पुढचे काही शिकायची नाहीस, त्यापेक्षा आता थांब ना."

मम्मी हसून म्हणायची, "तुम्ही सर्वजण गेल्यावर मला थोडंच इथं चैन पडणार आहे? चला, मीही येते. पुढच्या रविवारी जाईन मी चर्चमध्ये."

मम्मी रविवारच्या क्लासचे बरेच काम करायची. प्रत्यक्ष बायबल शिकवीत नसे पण अनेक समित्यांवर ती असायची. आमच्या गावात नव्याने राहायला आलेल्या एका बाईंना फंड गोळा करणाऱ्या समितीचे काम करायची विनंती करायला मम्मी त्यांच्याकडे गेली.

त्या बाईंनी म्हटले, "मला वेळ असता ना, तर खरंच मी काम केलं असतं पण मला तीन मुलगे आहेत. त्यामुळे दिवसभर मला काम पुरवतं. तुम्हाला एखादा जरी मुलगा असेल ना, तरी तीन मुलगे वाढवायचे म्हणजे किती त्रास असतो हे नक्की कळेल."

"बरोबर आहे तुमचं म्हणणं. मला कळतो, तुम्हाला होणारा त्रास." मम्मीने म्हटले.

"मिसेस गिलब्रेथ, तुम्हाला आहेत मुलं?"

"आहेत ना!"

"मुलगे आहेत?"

"आहेत."

"किती आहेत विचारलं तर राग नाही ना यायचा?"

"छे! राग कसला. सहा मुलगे आहेत मला."

"सहा मुलगे?" आश्चर्याने डोळे विस्फारून त्यांनी विचारले.

"हो! शिवाय सहा मुली." मम्मीने सांगितले.

"मानलं तुम्हाला आपण! केव्हा आहे समितीची पुढची बैठक? नक्की येईन त्यावेळी." त्या बाईंनी कबूल केले.

मॉंटक्लेअरमध्ये आमच्या खोलीखाली मोठे कुटुंब ब्रूस यांचे होते. त्यांना आठ मुले होती. ब्रूस एक यशस्वी उद्योगपती होते. सौ. ब्रूस रविवारी बायबलचे वर्ग घेत. श्री. ब्रूस यांचे घर मोठे होते. आमच्या घरापासून दोन मैलांवर होते. मम्मीची व मिसेस ब्रूस यांची चांगली मैत्री जमली होती.

एकदा न्यूयॉर्कच्या एक बाई मॉंटक्लेअरला आल्या. त्या संततिनियमनाचे कार्य करणाऱ्या संस्थेतल्या होत्या. त्यांचे नाव ॲलिस मेबेन होते. संततिनियमनाच्या कार्यास या गावात कुणाचा पाठिंबा, मदत मिळेल अशी त्यांनी चौकशी केली. कुणीतरी वात्रटपणाने मिसेस ब्रूसचे नाव सुचवले.

"तुम्हाला सहकार्य करण्यात मला आनंद वाटला असता." ब्रूस बोलल्या.

''पण असं पाहा, मला स्वत:ला पुष्कळ मुलं आहेत. तेव्हा मी संततिनियमनाचं कार्य करायला निघणं प्रशस्त दिसणार नाही.''

''बरोबर आहे तुमचं! ज्याचा आपण लोकांना उपदेश करणार ते आपण स्वत: अमलात आणायला हवं.'' मेबेन बोलल्या.

''पण मला एक व्यक्ती माहीत आहे,'' मिसेस ब्रूसने पुढे म्हटले, ''जी तुम्हाला मदत करील. तिचं घरही खूप मोठं आहे, त्यामुळं तुम्हाला तुमच्या सभा तिथं घेता येतील.''

''अस्सं? हे तर फारच छान झालं. काय नाव त्यांचं?''

''मिसेस फ्रँक गिलब्रेथ. फार हुशार. नागरी कर्तव्याची जाणीव असलेली स्त्री आहे ती.''

''अगदी अश्शीच स्त्री हवी आहे आम्हाला. सर्वांत महत्त्वाची गोष्ट म्हणजे तिचं घरही मोठं आहे. चांगली कार्यकर्ती आहे ना ती? म्हणजे कोणत्याही गोष्टीत पुढाकार घेऊन काम तडीस नेणारी?''

''अगदी तुम्हाला हवी तश्शी आहे.'' मिसेस ब्रूसने खात्री दिली.

''तर मग तुम्ही मला त्यांच्याकडं पाठविलं आहे असं सांगू त्यांना?''

''जरूर सांगा माझं नाव.''

सौ. ब्रूसवर खूश होत मेबेन बोलल्या,

''हे पाहा, तुम्हाला पुष्कळ अपत्यं आहेत हे आम्हाला नापसंत आहे असं नका समजू हं. असतात पुष्कळांना.''

ज्या दिवशी ॲलिस मेबेन आमच्या घरी दुपारच्या वेळी आल्या, तेव्हा आम्ही आपापल्या खोल्यांतच होतो. काहीजण मागच्या अंगणात खेळत होते.

बाईंनी मम्मीला स्वत:ची ओळख करून दिली व म्हटले, ''मी संततिनियमनाच्या कार्यासाठी आले आहे.''

''माझ्याकडं काय काम आहे आपलं?'' मम्मीने लाजत विचारले.

''मला कळलं की, या विषयात तुम्हाला रस आहे.''

''मला?'' मम्मीने विचारले.

''हो? नुकतीच मी तुमची मैत्रीण मिसेस ब्रूस हिच्याकडं गेले होते. तिलाही या विषयात रस असावा असं वाटतं.''

''पण आता या विषयात गोडी घ्यायला तिला फार उशीर झाला असं नाही तुम्हाला वाटत?'' मम्मीने विचारले.

''तुमच्या म्हणण्याचा अर्थ आला माझ्या ध्यानात, मिसेस गिलब्रेथ! पण अजिबात न केल्यापेक्षा उशिरा केलेलं बरं, नाही का?''

''पण तिला आठ मुलं आहेत.'' मम्मीने सांगितले.

मेबेनबाईंना ते ऐकून भोवळच आली.

"बाप रे! खरं सांगता?"

मम्मीने होकारार्थी मान हालवली.

"पण मला ती एवढ्या मुलांची आई मुळीच वाटली नाही."

"खरी गोष्ट आहे. तिनं आपला बांधा व प्रकृती छान ठेवली आहे."

"केवढं कार्य इथं पडलं आहे. संततिनियमन संस्थेची सर्वांत मोठी कचेरी न्यूयॉर्कमध्ये आहे. आणि तिथून अवघ्या अठरा मैलांवरच्या गावात लोकांना आठ आठ मुलं होताहेत. मिसेस गिलब्रेथ त्याच कामासाठी मी तुमच्याकडं आले आहे."

"कसलं काम?" मम्मीने विचारले.

"मॉंटक्लेअरमध्ये तुम्ही संततिनियमनाच्या कार्यासाठी स्वत:ला वाहून घ्यावं असं आम्हाला वाटतं."

मम्मी? आणि संततिनियमनाचे कार्य करणार?

मम्मीला वाटले, इतक्या मजेदार प्रसंगाला डॅडींनी मुकता कामा नये. त्यांना इथे बोलवायलाच हवे.

ती म्हणाली, "मला माझ्या पतीची अनुमती घ्यायला लागेल. जरा थांबा हं, मी त्यांना बोलावते."

मम्मीने डॅडींच्या खोलीत जाऊन त्यांना थोडक्यात सर्व माहिती सांगितली. मग ती त्यांना घेऊन दिवाणखाण्यात आली.

"इतकं उदात्त कार्य करणाऱ्या तुमच्यासारख्या व्यक्तीस भेटण्यात फार आनंद वाटतो मला." डॅडी बोलले.

"आमचं हे कार्य आपण उदात्त मानता याचा आम्हाला आनंद वाटतो. कारण सहसा पुरुषांना आमच्या या कार्याविषयी सहानुभूती वाटत नाही. पुरुषांचं एकेक बोलणं सांगितलं तर आश्चर्य वाटेल तुम्हाला."

"मला आवडतं आश्चर्यकारक गोष्टी ऐकायला. मग त्यांना उत्तरं काय देता?"

"हे कार्य करताना माझ्या जे अवलोकनात आलं ते असं— खंडीभर मुलं झाल्यानं शरीराची चिपाडं झालेल्या तरुण स्त्रिया, वाढती लोकसंख्या, त्याचे दुष्परिणाम..." आपले वाक्य मध्येच तोडत त्या डॅडींना एकदम म्हणाल्या, "मि. गिलब्रेथ, हे काय करताय तुम्ही?"

कारण डॅडींनी शीळ वाजवायला सुरुवात केली होती आणि त्याचबरोबर धाडधाड पावलांचे आवाज, खोल्यांची दारे आपटल्याचा आवाज, पायऱ्यांवर आवाज! आम्ही सर्वजण खाली येत होतो.

हातातले घड्याळ खिशात ठेवत शांतपणे डॅडी म्हणाले, "नऊ सेकंद! नेहमीपेक्षा तीन सेकंद कमी."

आम्हाला पाहून घाबरून मेबेन म्हणाल्या, "बाप रे, काय आहे काय हे? शाळा छे! नाही! हे तुमचंच कुटुंब दिसतं आहे. सगळे चेहरे तुमच्या दोघांच्या वळणावर आणि एकजात पिवळट तांबूस केस.''

डॅडी बोलले, "ही माझी मुलं. कदाचित आणखी थोडी आसपास खेळत असतील.''

"हे आकाशातल्या बापा! वाचव रे बाबा!'' बाई उद्गारल्या.

डॅडींनी मम्मीला विचारले, "लीली, तुला चटकन सांगता येईल आपल्याला किती मुलं आहेत ते?''

"मला वाटतं, गेल्या खेपेस मोजली होती तेव्हा बारा होती. दोनचार इकडंतिकडं झाली असतील. पण जास्ती नाही—''

"मला वाटतं, तुझा तर्क बरोबर आहे. साधारणपणे बारा असावी.''

"आमच्या संततिनियमन संस्थेच्या मुख्य कचेरीपासून फक्त अठरा मैलांवर बारा-बारा मुलं जन्माला घालणारी माणसं असावीत! धन्य आहे!'' - मेबेन हताशपणे.

"बरं. आता चहा घेऊ या का आपण?'' मम्मीने विचारले.

परंतु मेबेन उठून आपला कोट घालायला लागल्या होत्या. डॅडींकडे वळून त्या म्हणाल्या, "तुमच्या गावानं आजच्या दिवसात माझी दोनदा सपशेल फजिती केली.''

"आणि तीसुद्धा संततिनियमन संस्थेच्या न्यूयॉर्कमधील मुख्य कचेरीपासून अवघ्या अठरा मैलांवर.'' डॅडी हसत म्हणाले.

डॅडी युद्धावर जातात

ज्या दिवशी अमेरिका पहिल्या महायुद्धात उतरली त्या दिवशी डॅडींनी प्रेसिडेंट विल्सनला तार पाठविली- '७:०३ च्या गाडीनं मी वॉशिंग्टनला येत आहे. माझा युद्धात काय उपयोग होऊ शकेल ते आपल्याला माहीत नसेल तर मी सांगेन.'

डॅडींच्या या तारेमुळे प्रेसिडेंट विल्सनच्या खांद्यावरचे थोडे तरी ओझे उतरले की नाही हे डॅडींनी आम्हाला सांगितले नाही. परंतु डॅडींना उतरवून घ्यायला कुणीतरी आले होते व त्यांनी डॅडींना थेट 'युद्धखात्या'त नेले होते. ते परत आले ते लष्करी गणवेशात. लेविस मशिनगन्स आणि युद्धाची इतर शस्त्रे जोडणे, सुटी करणे इत्यादीचे शिक्षण देण्याच्या कामावर त्यांची नेमणूक झाली होती. त्यांचे केस लष्करी पद्धतीने कापले होते. दिवाणखान्यात आल्याबरोबर त्यांनी 'अटेन्शन' (सावधान) अशी आरोळी ठोकली व टाचा जुळवून आम्ही उभे राहिलो.

गेली कित्येक वर्षे आम्हा मुलांना घेऊन कॅलिफोर्नियाला आपल्या माहेरी जाण्याचा मम्मी बेत करीत होती. डॅडी युद्धावर गेले तेव्हा या संधीचा लाभ घेण्याचे

मम्मीने ठरवले.

मम्मीचे माहेर सधन आणि खानदानी होते. मम्मी नऊ भावंडांत सर्वांत मोठी होती. त्यातल्या तिघांची लग्ने झाली होती. बाकीचे दोन भाऊ व चार बहिणी आईवडिलांसमवेत आपल्या भल्यामोठ्या राजेशाही घरात ऑक्लंड येथे राहत होती.

घराच्या सभोवार पामची झाडे होती, सुंदर बागा होत्या. बिलियर्ड्स खेळण्यासाठी घरात मोठा हॉल होता. कबुतरांसाठी खुराडे होती. लताकुंज होते आणि गिनिपिग्स वाढविण्यासाठी खास जागा होती.

दाराशी तीन पॅकार्ड मोटारी, फ्रेंच ड्रायव्हर, माळी, चिनी स्वयंपाकी, खालच्या मजल्यासाठी एक मोलकरीण, वरच्या मजल्यासाठी एक मोलकरीण असा नोकरांचा ताफा होता. एवढे असूनही मॉलर्स (मम्मीच्या माहेरचे आडनाव) अत्यंत साधेपणाने राहत. ते शांत स्वभावाचे, जुन्या वळणाचे व अंतर्मुख स्वभावाचे होते. ते कधी चढ्या आवाजात बोलत नसत व एकमेकांचा उल्लेख प्रिय एलिनॉर, प्रिय मेंबल असा करत. मम्मीला सर्वजण प्रिय लीली म्हणत.

नऊ भावंडांपैकी फक्त आमच्या मम्मीनेच कॅलिफोर्नियाहून माँटक्लेअरला मुक्काम हलवला होता. लग्नानंतर ती तिथून निघाली त्यावेळी एक अबोल, लाजरी, पुस्तकवेडी तरुणी होती.

लग्नानंतरच्या पहिल्या दहा वर्षांत तिला सात मुले झाली. ती देशभर भाषणे देत हिंडू लागली आणि तिचे नाव वरचेवर वर्तमानपत्रात येऊ लागले.

आम्ही आजोळी जाण्यापूर्वी आम्हाला तिथला बंगला, गडीमाणसे, बाग इत्यादी सर्व गोष्टींची माहिती होती. कारण मम्मीने आपले लहानपण, आपले घर, बहीणभावंडे याविषयी आम्हाला कितीतरी वेळा सांगितले होते. त्या घरात कुठले फर्निचर कुठे ठेवलेले आहे, आरसे कुठे आहेत, हॅटस्टँड कुठे आहे याचीसुद्धा आम्हाला माहिती होती. डॅडी मम्मीला भेटायला जात तेव्हा दिवाणखान्याचे दार तिच्या बहिणी असा कोन करून उघडे ठेवत की, त्याच्या आरशातून डॅडींचे प्रणयाराधन आमच्या मावशांना छानपैकी दिसे.

मम्मी ऑक्लंडच्या इतर अनेक मुलींबरोबर युरोपच्या सफरीवर गेली होती, त्यावेळी बोस्टन येथे डॅडींची व तिची ओळख झाली. त्या मुलींबरोबर मार्गदर्शक व पालक म्हणून गेलेली स्त्री डॅडींच्या नात्यातली होती. तिने डॅडींची त्या सर्व मुलींशी ओळख करून दिली. त्यातील मम्मी डॅडींच्या मनात फार भरली.

डॅडींनी लग्नाआधी गाडी घेतली तेव्हा प्रथम तिच्यातून मम्मीला फिरायला नेले होते. गॉगल्स लावून उघड्या गाडीतून निघाल्यावर बघे लोकांनी त्यांची टिंगल केली होती.

'गाडीला घोडं जुंपा घोडं'— लोक ओरडले होते. लोकांच्या सूचनेला तितकेच

वात्रटपणे उत्तर डॅडींच्या जिभेच्या अगदी टोकावर आले होते. पण शेजारी मम्मी बसली असल्याने ते गप्प राहिले होते. कारण तिच्यावर त्यांचे प्रेम जडले होते व तिचे आपल्याविषयी वाईट मत होऊ नये म्हणून ते जपत होते. मम्मीचे वागणे अतिशय शांत, संयमित व खानदानी होते. त्याचा परिणाम डॅडींच्या वागण्यात झाला होता व तेही शांतपणे वागायला शिकत होते.

पण थोड्याच दिवसांत या कृत्रिम वागण्याचा त्यांना कंटाळा आला व त्यांचे वागणे नेहमीप्रमाणे होऊ लागले.

याउलट, मम्मीच्या शांत, अंतर्मुख स्वभावावर डॅडींच्या वागण्याचा परिणाम झाला.

त्यांचे मुक्त हास्य, झंझावाती व्यक्तिमत्त्व, मोकळे वागणे याच्या परिणामामुळे मम्मीचा लाजरेपणा कमी झाला. डॅडींच्या विनोदाला मोकळेपणाने हसून ती दाद देऊ लागली.

डॅडी तिला मोटारीतून फिरायला नेत तेव्हा हटकून त्यांची गाडी कुठेतरी बंद पडे आणि क्षणार्धात रस्त्यावरची मुले गाडीभोवती गोळा होत. डॅडी दुरुस्ती करत असताना दाटीवाटीने ती डॅडींच्या पाठीमागून इंजीनमध्ये डोकावण्याचा प्रयत्न करत. अशावेळी मम्मी त्यांना बाजूला न्यायची. मग गाडी चालू झाली की डॅडी विचारायचे, "मुलांना कोणत्या युक्तीनं माझ्यापासून दूर केलंस?"

"मला पाठची आठ भावंडं आहेत. त्यामुळे मुलांशी कसं वागायचं हे छान कळतं मला. त्या मुलांना मी 'ॲलिस इन वंडरलँड'मधल्या गोष्टी सांगितल्या.

"'ॲलिस इन वंडरलँड?' मला तर बुवा त्या पुस्तकात कधीच गोडी वाटली नाही. आजकालच्या मुलांना त्या पुस्तकातल्या गोष्टी आवडतात? मजेदारच आहेत म्हणायची ही मुलं!"

"अर्थात आवडतात मुलांना त्या गोष्टी. तुम्ही एकदा ते वाचून पाहाच, तुम्हाला आवडेल, प्रत्येकानं वाचावंच असं चांगलं पुस्तक आहे ते—"

"ठीक आहे. तू म्हणतेस तर वाचीन."

मम्मी ठरल्याप्रमाणे युरोपला गेली. ती परत आल्यावर डॅडी बोस्टनहून तिच्या पाठोपाठ ऑक्लंडला गेले. लगेच तिला फोन करून म्हटले, "ओळख पाहू मी कोण आहे ते?"

"मला नाही येत ओळखता—" पलीकडून बायकी आवाजात उत्तर आले.
"निदान तर्क तरी करता येतो?"
"माफ करा. नाही तर्क करता येत."

मम्मी युरोपहून येईपर्यंत डॅडींनी 'ॲलिस इन वंडरलँड' पुस्तक वाचून काढले होते. ते म्हणाले, "मी बोस्टनचा पांढरा ससा बोलतोय."

“कोण?” पलीकडून विचारले गेले.

“पांढरा ससा. बोस्टनहून आलेला.” डॅडींनी सांगितले.

“अस्सं! मला वाटतं, तुम्हाला माझ्या एखाद्या मुलीशी बोलायचं आहे.”

बाप रे, म्हणजे फोन कुणी घेतला होता? डॅडी एकदम मवाळ आवाजात म्हणाले, “मिस लीलीशी.”

“आपण कोण म्हणून सांगू तिला?”

“मि. ससे. बोस्टनचे.”

त्यानंतर काही दिवसांनी मोलर्सकडेच डॅडींना चहाचे आमंत्रण आले. मम्मीचे आई, वडील, भावंडे यांच्याशी डॅडींची ओळख झाली. डॅडी त्यांच्या घरी गेले तेव्हा त्यांच्या दिवाणखान्यात शेकोटी (फायरप्लेस) बांधण्याचे काम चालू होते. गवंडी विटा बसवत होता. क्षणभर डॅडी ते पाहत राहिले आणि मग म्हणाले, “किती सोपं काम आहे हे? गवंडी लोक या बांधकामाचा एवढा बाऊ का करतात देव जाणे! कुठल्याही सोम्यागोम्याला हे काम सहज करता येईल.”

“या बाजूनं चला, मि. गिलब्रेथ! आज आपल्याला चहा पोर्चमध्ये घ्यायचा आहे.” आमचे आजोबा बोलले.

पण तिथून सहजपणे हलण्याचा डॅडींचा मनोदय नव्हता. ते आपले बोलणे पुढे चालवत म्हणाले, “एक वीट उचलायची, त्यावर ओलं सिमेंट थापायचं आणि ती दुसऱ्या विटेवर बसवायची.”

गवंड्याने ‘हा कोण उपरा लठ्ठ माणूस उगाच मधेमधे बोलतो आहे’ अशा दृष्टीने त्यांच्याकडे पाहिले.

“तुमच्या कामात दोष काढावा किंवा तुमच्यावर टीका करावी असा हेतू नाही हं माझा!” डॅडींनी हसत सांगितले.

“बोलणं ठीक आहे. हे काम करून पाहा एकदा. मग समजेल सोपं का कठीण ते!” गवंडी घुश्शात बोलला.

डॅडी या आव्हानाचीच वाट पाहत होते. त्यांनी शर्टची बाही वर सरकवली. एवढ्यात मम्मीने त्यांचा शर्ट खेचला.

आजोबा म्हणाले, “पोर्च या इकडं आहे.”

तिकडे डॅडींनी लक्ष दिले नाही. गवंड्याने थापी त्यांच्या हातात देत म्हटले, “हं घ्या हे आणि करा प्रयत्न—”

मिस्कीलपणे हसत डॅडींनी थापी हातात घेतली. ढिगातून एक वीट उचलली, तिच्यावर हात गोलाकार फिरवून सिमेंट थापले. वीट जागेवर ठेवली. जास्त लागलेले सिमेंट खरवडून काढले. लगेच दुसरी वीट घेतली, तिच्यावर झटकन सिमेंट थापले व ती वीट पहिल्या विटेवर ठेवून जास्त झालेले सिमेंट काढणार

एवढ्यात गवंड्याने त्यांच्या हातातून थापी काढून घेतली.

"पुरे!" डॅडींच्या पाठीवर प्रेमाने थोपटत गवंडी बोलला. "मी पैज मारून सांगतो की, तुमच्या या हातांनी हजारो विटा रचलेल्या आहेत. खरं ना?"

डॅडींनी हसून रुमालाने आपले हात साफ केले.

"खरं सांग हं, मम्मी! तुमच्या घरच्यांचं डॅडींविषयी काय मत झालं?"

आम्ही विचारले.

"ते मला कळलं नाही. पण तुमचे डॅडी त्यांना आवडले." मम्मी सांगू लागली. "माझी आई म्हणायची, मि. गिलब्रेथ आले म्हणजे थंडगार स्वच्छ ताज्या वाऱ्याची झुळूक घरात आल्यासारखं वाटतं. माझे वडील म्हणायचे, मि. गिलब्रेथनी विटा रचून दाखवल्या ते, देखावा किंवा शो करण्याकरता नव्हतं, तर आपण स्वत:च्या मेहनतीनं उच्चपदाला चढलो आहो हे आम्हाला सांगण्याचा एक मार्ग होता—"

आम्ही विचारले, "डॅडी, तुम्हाला खरंच आजोबांना दर्शवून द्यायचं होतं की आपण स्वकष्टानं वर चढलो हे?"

"मला त्यांना काहीही सांगायचं नव्हतं अन् सुचवायचं नव्हतं" - डॅडींनी उत्तर दिले.

"पण मग तुम्ही ते गवंड्याचं काम करायला कशाला गेला?" आम्ही पिच्छा पुरवत विचारले.

"काही काही माणसं एखाद्या दिवाणखान्यात शिरली की, सहजगत्या पियानोवर बोटं टेकवून, संगीत वाजवून लोकांवर छाप टाकायला बघतात. मी विटा रचून दाखविल्या एवढंच!"

डॅडी युद्धावर गेल्यानंतर आम्ही कॅलिफोर्नियाला निघालो, तेव्हा सात भावंडे होतो. फ्रेड त्यावेळी सर्वांत लहान होता. त्याला आगगाडी लागत असल्याने नायगारा धबधब्यापासून थेट गोल्डन गेटपर्यंत तो आजारीच होता. त्याच्या वरच्या लिलियनच्या पायाचे हाड पाऊण महिन्यापूर्वी मोडलेले असल्याने ती आपल्या बर्थवर झोपूनच होती. मम्मीला सहावा महिना लागलेला होता. तिचीही प्रकृती ठीक नव्हती.

आपल्या मुलाबाळांना घेऊन माहेरी जाण्यात आणि तिथे आपली मुले किती चांगली आहेत हे सर्वांना दाखविण्यात मम्मीला जो आनंद होत होता, त्याची आम्हाला पुरेशी कल्पना नव्हती.

"तिथं सर्वांनी अगदी शहाण्यासारखं वागायचं. मामा, मावशी, आजी, आजोबा सांगतील ते ऐकायचं, आरडाओरडा, गोंधळ, धावपळ करायची नाही व त्यांना त्रास

होईल असं वागायचं नाही. ती सर्व माणसं फार प्रेमळ आहेत; परंतु त्यांना घरात लहान मुलं वावरण्याची सवय आता नाही आहे, म्हणून जपून वागायचं—'' मम्मी आम्हाला परत परत बजावत होती.

आजोळच्या लोकांचे आमच्याविषयीचे चांगले मत व्हावे म्हणून मम्मीने बराच खर्च करून आम्हा सर्वांना नवीन कपडे शिवले होते आणि तो खर्च भरून काढावा म्हणून प्रवासखर्चाला कात्री लावली होती. एकेक बर्थवर दोघांची सोय केली होती. गाडीत स्वयंपाक करायचा म्हणून दोन बॅगा भरून डाळीडुळी पण घेतल्या होत्या. आम्ही जेवण आमच्या डब्यातच करत होतो. कधी आम्ही फारच तक्रार केली तर मम्मी आम्हाला आगगाडीतल्या भोजनालयात नेत असे.

लिलियनला गाडीचा त्रास होऊ नये व फ्रेडच्या पोटात काही ठरावे म्हणून मम्मी सारखे प्रयत्न करीत राही. त्यामुळे उरलेल्या मुलांवर लक्ष ठेवायला तिला फुरसत नसे. त्याचा फायदा घेऊन आम्ही गाडीभर हिंडत असू. बिल आणि फ्रँक मधल्या जागेत कुस्त्या खेळत. ठिकठिकाणी असलेल्या बर्फाच्या टाक्यांतले पाणी आम्ही चाखून पाहत असू.

प्रत्येक स्टेशनवर फ्रेड आणि लिलियन यांना ॲनच्या स्वाधीन करून मम्मी खाली उतरून दूध आणि खाण्याचे पदार्थ घेऊन यायची. आम्हीही पाय मोकळे करण्यासाठी खाली उतरून गाडीला नवे इंजीन लावले का काय पाहत असू.

आमच्यापैकी कुणी खाली स्टेशनवर राहून तर गेले नाही ना हे पाहण्यासाठी गाडीत मम्मी हजेरी घेई.

आमचा हा प्रवास चार दिवस चालला होता. चार दिवसांत अंघोळी झाल्या नव्हत्या. टॉवेल भिजवून फक्त अंग पुसून घेत होतो. आम्ही कॅलिफोर्नियाला पोहोचेपर्यंत आमचे अवतार पाहण्यासारखे होतील म्हणून मम्मीने ऑक्लंडला उतरण्यापूर्वी तासभर आम्हाला अगदी घासूनपुसून स्वच्छ करून कपडे बदलायला लावले. तिला आम्ही जास्तीत जास्त छान दिसायला हवे होतो.

ऑक्लंड येण्याच्या आधीच सॅक्रोमॅन्टो स्टेशनवर आमच्या गाडीत चढून आमच्या फ्रेडमामाने आम्हाला चकित केले. आम्ही त्यावेळी गाडीत जेवण घेत होतो. कोपऱ्यात चड्ड्या, लंगोट व आतले कपडे यांचा ढीग पडला होता. सुटकेसेस उघड्याच होत्या. छोटा फ्रेड मम्मीच्या कडेवर बसून रडत होता. लिलियनचा पाय दुखत होता. म्हणून तीही रडत होती. बिल या बर्थवरून त्या बर्थवर उड्या मारत होता. छोट्या चौपाईवर बिस्किटे वगैरे खाद्यपदार्थ पडले होते.

पुढे आम्ही मोठे झाल्यावर या सर्व प्रसंगाचे वर्णन करून फ्रेडमामा म्हणायचा, त्यावेळी तुम्हा लोकांना पाहून मला प्राणिसंग्रहालयाची आठवण झाली.

फ्रेडमामा गाडीत चढला व अकल्पित भेट झाली तेव्हा मम्मीला अत्यानंदाने

रडायलाच आले.

"प्रवासात त्रासबीस नाही ना झाला?" मामाने विचारले.

आवराआवर करत मम्मीने म्हटले, "संपला एकदाचा प्रवास. हा प्रवास परत करायचा काही धीर नाही बाबा व्हायचा मला."

मग फ्रेडमामाने आमच्याकडे वळून म्हटले, "आता तुम्ही मला काही सांगू नका हं! मी ओळखून सांगतो तुमची नावं. हा रडणारा छोटा फ्रेड, ही पायाचं हाड मोडून घेतलेली छोटी लिलियन, हा उड्या मारणारा बिल—"

"आमची तुमच्याविषयी कल्पना होती तस्सेच आहात तुम्ही मामा." मार्था बोलली. "आमच्याविषयी तुमची जी कल्पना होती, तसे आहोत का आम्ही?"

"अगदी तंतोतंत माझ्या कल्पनेप्रमाणं आहात." मामाने उत्तर दिले.

"माझ्या मुलांची इतक्या थोड्या वेळात तुला कल्पना यायची नाही. बरं, तू आता जरा मुलांकडं पाहा. तोपर्यंत मी मुलींना नीटनेटक्या तयार करून आणते—"

आम्ही ऑक्लंडला पोहोचलो तेव्हा तीन लिमोसिन मोटारींतून आमचे मामा, मावश्या आमच्या स्वागतास हजर होत्या. मामा-मावश्यांनी आम्हाला जवळ घेऊन पापे घेतले. बिल आता पाच वर्षांचा होता. त्याला हे मुळीच आवडत नसे.

प्रत्येक मामा-मावशीने एकेक भावंड ताब्यात घेतले. मामा-मावश्यांचे बोलणे अतिशय नम्र, आर्जवी होते. हे स्वागत आम्हाला मनापासून आवडले.

मावश्यांनी आम्हाला हाताशी धरून मोटारीपाशी नेले. पहिल्या गाडीपाशी ड्रायव्हर टोपी खाकेत धरून अगदी ताठ उभा होता. दुसऱ्या दोन गाड्या चालवायला फ्रँकमामा व बिलमामा बसले.

गाड्या फार मोठ्या, आरामशीर व सुखदायी होत्या. ड्रायव्हर चाक धरून अगदी ताठ बसला होता. डॅडींच्या मते असे ताठ बसल्यामुळे थकवा येतो. गाडी कोपऱ्यावरून वळताना हात बाहेर काढून इशारा देता यावा म्हणून फ्रँक आणि बिलच्या मनातून काचा खाली करायच्या होत्या. पण ॲन आणि अर्नेस्टाइनने त्यांना तसे करू दिले नाही. अर्नेस्टाइनने हळू आवाजात त्यांना बजावले, "नेहमी करता तसा आरडाओरडा केलात तर नाकाला चिमटा घेईन."

आजोबा आणि आजी आमची वाट पाहत पायऱ्यांवरच उभी होती. ती दोघे पुस्तकातल्या चित्रात आजी-आजोबा असतात तशी दिसत होती. आजोबा उंच, किडकिडीत, पांढऱ्या मिश्यावाले होते. त्यांनी कॉलर व टाय घातलेला होता.

आजी ठेंगणी, अशक्त, तपकिरी डोळ्यांची आणि पांढऱ्या केसांची होती. आजीने आम्हा सर्वांचे पापे घेतले. आजोबांनी हस्तांदोलन केले व आम्ही राहू तितके दिवस नित्य नवी खेळणी आणण्याचे कबूल केले.

“हे सगळं परीकथेतल्या आजोबा-आजीसारखं, मामा-मावशीसारखं वाटतं.” ॲन म्हणाली.

“आमच्या लाडक्या लीलीच्या मुलांना हे परीकथेसारखं वाटावं अशीच आमची इच्छा आहे.” आजी बोलली, “आता प्रथम सांगा, तुम्हाला काय हवं आहे? मागाल ते देईन.”

चार दिवसांच्या प्रवासात मम्मीने शिजवून दिलेले खाऊन खाऊन कंटाळा आला होता. घरी बनवलेले छानपैकी जेवण प्रथम आम्हाला हवे होते.

अर्नेस्टाइनने म्हटले, “गाडीत, इतके कष्ट घेऊन आम्हाला जेवण करून वाढलं असताना असं म्हणणं कृतघ्नपणाचं आहे. पण खरं सांगायचं तर आम्हाला अगदी छान जेवण हवं आहे.”

“माझ्या मते, अगोदर तुम्ही सर्वांनी स्वच्छ स्नान करावं.” मम्मीने सांगितले.

“मला वाटतं, प्रथम तुम्ही थोडा फराळ करा. लहान मुलांना ग्रॅहॅम बिस्किटं आवडतात म्हणून मी खूप आणून ठेवली आहेत. ती खा. मग स्नान करा. ते आटपेपर्यंत सुग्रास जेवण तयार होतंच आहे.” आजीने सुचविले.

आजीने ग्रॅहॅम बिस्किटांचे नाव काढताच आमची भूक पळाली. प्रवासभर चार दिवस आम्ही तीच खात होतो. म्हणून आम्ही म्हटले, “आता खायला नको. प्रथम आम्ही स्नान करतो.”

आम्हाला जवळ घेऊन आजी म्हणाली, “किती गुणी आहेत गं तुझी मुलं, लीली! तुझं मत त्यांनी प्रथम स्नान करावं असं आहे तर खाणं बाजूला सारून ती स्नानाला निघाली आहेत.”

◆

पाच

आजोळच्या घरचे शिस्तीचे वातावरण आणि सुखकारक व्यवस्था पाहून प्रथम आम्ही अगदी भारावून गेलो होतो व अतिशय चांगले वागत होतो. मम्मीत खूप फरक वाटत होता. सर्व जबाबदाऱ्या दूर सारून ती परत मोलर कुटुंबातील एक मुलगी झाली होती. महत्त्वाचे निर्णय घेण्याचे काम आता तिने आपल्या वडिलांवर सोपवले होते. कोणते कपडे घालावे, कुणाला भेटायला जावे हे सर्व ती आजीच्या सल्ल्याने ठरवत होती. पूर्व अमेरिकेतील माँटक्लेअर येथले आपले घर, आपला तिथला आयुष्यक्रम, आपला 'गती आणि हालचाली' यांचा अभ्यास सर्व काही ती जणू विसरून गेली होती आणि आपल्या आईवडिलांना रात्री नीट झोप लागली होती का नाही, ते थंडीवाऱ्यात तर बागेत जाऊन बसले नाहीत ना एवढीच चिंता तिच्या जिवाला वाटत होती.

आजीआजोबांची मम्मी इतकी काळजी घेत होती, इतकी आस्था दाखवत होती, त्यामुळे साहजिकच आम्हाला त्या दोघांविषयी आदरयुक्त दबदबा वाटत होता. त्यांच्यासमोर आम्ही मोठ्याने बोलत नसू किंवा चालताना पायाचा आवाजही होऊ देत नसू.

आम्ही आल्यानंतर दुसऱ्याच दिवशी आजी मम्मीला कशावरून तरी रागावली आणि मम्मी ओशाळा चेहरा करून लहान मुलीसारखी गप्प बसली. तेव्हापासून तर आजीविषयीचा आमचा आदर आणखीच वाढला.

पाचसहा कुटुंबांची नावे सांगून आजीने मम्मीला त्यांना भेटून यायला सांगितले.

''भेटायला अगदी गेलंच पाहिजे का?'' मम्मीने विचारले.

''हो! ते बरं दिसेल.''- आजी.

''ठीक! मग कोणते कपडे घालून जाऊ?'' मम्मीने विचारले.

"काल संध्याकाळी घातले होतेस ते."

मग आजीने सांगितलेले कपडे घालून मम्मी बाहेर गेली व दोन तासांत सहा कुटुंबांना भेटून आली. आल्याबरोबर हसतमुखाने तिने म्हटले, "दोन तासांत सहा ठिकाणी जाऊन आले. उरकलं की नाही झटपट?"

आमच्या गिलब्रेथ कुटुंबात काम झपाट्याने, वेळ न लावता करण्याचे फार महत्त्व होते. सच्चेपणा, उदारपणा, प्रेमळपणा यांच्याइतके महत्त्व काम झटपट करण्याला होते. आम्हाला पटले की मम्मीने फारच छान काम उरकले होते. पण आजी फारशी खूश दिसली नाही.

आम्ही इतके गुणी मुलांसारखे वागत होतो की, आजोबांना काळजी वाटायला लागली. मम्मीच्या पत्रावरून आम्ही खूप खोडकर, मस्ती करणारी मुले असू असा त्यांनी अंदाज केला होता. पण प्रत्यक्षात आम्ही मोठ्या आवाजात बोलत नव्हतो. चालत होतो, तेसुद्धा चोरपावलांनी. शेवटी न राहून आजोबा म्हणाले, "लीली, मला तर वाटत होतं की तुझी मुलं फार दंगेखोर, आरडाओरड करणारी असतील. पण किती शांतपणे वागतात ही. याचा अर्थ त्यांना इथं घरच्यासारखा मोकळेपणा वाटत नाही असं दिसतं."

"हळूहळू ती स्वत:च्या घरच्यासारखं वागायला लागतील आणि मग तुम्हालाच नकोसं होईल—" मम्मीने सांगितले.

मग मात्र आम्ही खरोखरच घरच्यासारखे वागायचे ठरविले. एके दिवशी आजीने मम्मीच्या सन्मानार्थ चहापार्टी द्यायचे ठरविले. त्या दिवशी आम्हाला सुवासिक साबणाने स्नान घालून छान नवे कपडे घालायला दिले. मुलांना निळे सर्जचे सूट, बस्टर ब्राऊनची कॉलर आणि त्यावर लाल टाय. मुलींना ठिपक्याठिपक्यांचे स्विस फ्रॉक्स आणि त्या रंगाला शोभेशा रिबन्स.

आम्हाला अर्ध्या चड्ड्या दिल्या होत्या. त्यांची बटणे पुढे नसून मुलींसारखी डाव्या कंबरेवर होती. आम्हाला हे कपडे मुळीच आवडले नव्हते.

मावश्या आमच्यावर खूश होत्या. ज्यांचा अभिमान वाटावा अशी आम्ही मुले आहोत असे त्यांना वाटत होते. पाहुण्यांवर आमची छाप पडेल असे त्या धरून चालल्या होत्या.

"या मुलींसारख्या फॅशनच्या चड्ड्या घालून कसली पाहुण्यांवर छाप पडणार आहे! मी तर ही पँट मुळीच घालणार नाही." बिलने सरळ सांगून टाकले.

वा! उलट या कपड्यांत तू किती रुबाबदार, एखाद्या छोट्या सरदारासारखा दिसतोस." मेबलमावशीने समजूत घालत म्हटले.

"मला छोट्या सरदारासारखं दिसायची मुळीच हौस नाही. मी हे कपडे घालणार नाही." बिलने जाहीर केले.

“घातले पाहिजेत, राजा! तुझं हे बोलणं ऐकलं तर तुझे डॅडी काय म्हणतील?”

“तेही असंच म्हणतील. या मुलींच्या चड्ड्यांसारख्या हाफपँट्स व त्यांची डाव्या कंबरेवरची बटणं पाहून डॅडींना हसायला येईल.”

“आता तू शहाण्यासारखा वागणार ना, बिल? तुझ्या मम्मीला आणि आजीआजोबांना त्रास व्हावा असं तुला वाटतं का?”

“सारखं आपलं यांना त्रास होईल आणि त्यांना त्रास होईल. कंटाळा आला ऐकून ऐकून. होऊ दे त्यांना त्रास.”

बिलचे हे बोलणे ऐकून मावशी बेशुद्ध व्हायची वेळ आली. तिने रोषाने म्हटले, “काय हे तुझं बोलणं? कुणी शिकवलं तुला असं बोलायला?”

मेबल, मर्टरूड व अर्नेस्टाइन या मावश्यांच्या चेहऱ्यावर खवचटपणे हसण्याची एक लकेर येऊन गेली. पण आम्ही त्याकडे दुर्लक्ष केले.

शेवटी बिलला तेच कपडे घालावे लागले त्यामुळे तो जरा घुश्शातच होता. आणि पाहुणे लोक आल्यावर आम्ही कसे वागायचे याच्या सारख्या सूचना मिळाल्याने आम्हालासुद्धा राग आला होता.

“प्रथम पाहुणे आल्यावर मोठी माणसं त्यांच्याशी गप्पा मारतील. मग हाक मारू तेव्हा तुम्ही तिथं यायचं. अत्यंत सौजन्यानं त्यांच्याशी बोलायचं. आपल्या मम्मीला आपल्याविषयी अभिमान वाटेल असं वागायचं. कपडे नीट व्यवस्थित राखायचे. मळवायचे नाहीत. पळा आता बागेत. योग्य वेळी आम्ही तुम्हाला हाका मारू.”

कडक कांजींचे कपडे घातल्यामुळे आम्हाला अवघडल्यासारखे वाटत होते. मावश्यांच्या सूचनांचा रागही आला होता. गुणी मुलांसारखं वागून कंटाळा आला होता. आम्ही मग बागेतल्या हिरवळीवर गेलो. आता इथे डॅडी असते तर किती मजा आली असती!

“आपल्या घरी आपल्याला असं सांसर्गिक रोग्यासारखं दूर लोटत नाहीत. पाहुणे येतात तेव्हा डॅडी-मम्मीबरोबरच आपणही त्यांच्याशी बोलतो. असं लांब बागेत जाऊन बोलावण्याची वाट पाहत उभं राहावं लागत नाही.” मार्था म्हणाली.

“मार्था, लाडके! असले घोणेरडे शब्द बोलायला कुठं शिकलीस तू?” अर्नेस्टाइनने मावशीची नक्कल करत म्हटले.

“आपल्या घरी मुलांना अक्कल आहे असं मानलं जातं. मुलींना स्वत:चे केस विंचरून रिबनसुद्धा बांधता येत नाही असं या लोकांना वाटतं. शी! किती घट्ट बांधली आहे रिबन—” मार्था बोलली.

“आणि ही माझी पँट तर पाहा!” चिडून बिल बोलला.

हिरवळीवर माळी रबरी नळीने पाणी शिंपडत होता. मार्थाने इटक्यासरशी केसांची रिबन ओरबाडून काढली आणि हिरवळीवर फेकून दिली. मग ती पाण्याच्या नळीखाली जाऊन उभी राहिली.

हे पाहून ॲन आणि अर्नेस्टाइन घाबरल्या.

"मार्था, मार्था! अगं तू हे काय चालवलं आहेस? आधी त्या नळीखालून दूर हो." त्या ओरडल्या.

यावर मार्था मोठ्याने हसली. तिने मान मागे झुकवून नळीने पाणी तोंडात घेऊन उडवले. तिच्या कपड्यांना घातलेली कांजी ओघळू लागली आणि केस सुटून ओल्या चेहऱ्यावर चिकटले.

पाठोपाठ फ्रँक आणि बिल पण नळीखाली जाऊन उभे राहिले. अर्नेस्टाइनसुद्धा त्यांना जाऊन मिळाली. सर्वांत वडील असलेल्या ॲनला काय करावे सुचेना. या सर्वांच्या मूर्खपणाबद्दल आपल्यालाच जबाबदार धरले जाणार हे तिला समजून चुकले.

"ए ॲन, उगाच शिष्टपणा करू नकोस. इथं नळाखाली ये आणि बघ किती मजा वाटते ती." सर्वजण तिला बोलावू लागलो.

घटकाभर विचार करून ॲनने आपली रिबन सोडून टाकली आणि तीही पाण्याच्या नळीखाली येऊन उभी राहिली.

एवढ्यात आतून आम्हाला हाक ऐकू आली. त्याबरोबर आम्ही होतो त्याच अवस्थेत दिवाणखान्यात जाऊन उभे राहिलो. आमच्या ओल्या कपड्यातून ठिबकणाऱ्या पाण्याने तिथला उंची इराणी गालिचा भिजला.

"आता मात्र ही मुलं घरच्यासारखं वागू लागली" - मम्मी विषादाने म्हणाली. आमच्याकडे वळून तिने म्हटले, "आधी वर जाऊन कपडे बदला आणि दहा मिनिटांच्या आत तुम्ही मला खाली यायला हवे आहात. कळलं?"

आता आम्ही घरच्यासारखे वागायला लागलो होतो. आरडाओरडा करत होतो. घरभर धावत होतो. लपंडाव खेळत होतो. जिन्याच्या पायऱ्यांवर न उतरता कठड्यावरून घसरगुंडी करत खाली येत होतो. फक्त दुपारच्या वेळी आजी झोपली म्हणजे दंगा करायचा नाही एवढेच आजोबांनी सांगितलेले पथ्य पाळत होतो. आमच्या मावश्या आमच्या सेवेला अगदी तत्पर असत. हळूहळू तेच आम्हाला आवडायला लागले होते.

त्या आमच्यापाशी खेळत, आमच्या वह्यांतून चित्रे चिकटवायला मदत करत, बागेत फुलझाडांची माहिती द्यायला येत आणि परत माँटक्लेअरला गेल्यावर आम्ही फुलझाडे लावणार होतो. त्यासाठी बी-बियाणे गोळा करायलाही साहाय्य करत. सिनेमाला, सहलीला, प्रेक्षणीय ठिकाणे पाहायला नेत. आम्ही शनिवार-रविवारी

कुठे मुक्कामालाही जात असू. आता त्यांनी आम्हाला 'लाडके, लाडक्या' असे संबोधले तर त्यात कृत्रिमपणाचा वास आहे असे वाटत नसे. उलट आम्हीही नकळत त्यांना तसेच संबोधू लागलो होतो.

मर्टरूड मावशीला डांग्या खोकला झाला. त्याचा आम्हाला संसर्ग होऊ नये म्हणून तिला हॉस्पिटलमध्ये पाठवले तर आम्हाला कोण वाईट वाटले!

एवढ्या अवधीत बिलने च्यू वाँग या चिनी स्वयंपाक्याशी दोस्ती केली होती. हा च्यू वाँग स्वयंपाकाचा सर्वाधिकारी होता. मोठा हट्टी, तिरसट, अबोल माणूस, त्याला इंग्लिश चांगले समजत असे, पण त्याच्यावर किंवा स्वयंपाकावर कुणी टीका केली किंवा अमुक गोष्ट कर असे सांगितले की, त्याला इंग्लिश समजत नसे. अशावेळी तो भराभर चिनी भाषेत बोलायला लागायचा आणि हातातले झारे, पळ्या, परजत पाठ फिरवून चालायला लागायचा. त्याचा स्वयंपाक मात्र फार उत्तम, चविष्ट असे.

रोजचा स्वयंपाक काय करायचा हे एलिनॉर मावशी ठरवत असे. तीच तेवढी स्वयंपाकघरात जायला धजायची. आम्हा मुलांना तिथे जात जाऊ नका असे बजावलेले होते.

पण हे सर्व माहीत असूनही आतून येणाऱ्या केक, पाय वगैरेंच्या खमंग वासामुळे बिलला आत जाण्याचा मोह व्हायचा. हळूहळू त्याने आपला आत शिरकाव करून घेतला होता. सुरुवातीस मावशी त्याला लगेच बाहेर पिटाळायची पण च्यू वाँगला बिल आवडला होता. त्याला बाहेर घालवले तर च्यू वाँगच रागवायचा आणि तो रागावला म्हणजे स्वयंपाक बिघडायचा. शेवटी बिलला स्वयंपाकघरात हवे तेव्हा जाऊ देण्याचे ठरले.

त्यानंतर पदार्थ चविष्ट व्हायला तर लागलेच, पण स्वयंपाकघरातून हसण्याखिदळण्याचे आवाजही ऐकू येऊ लागले.

केकवर च्यू वाँग जे आइसिंग करायचा त्याचे नमुने पण बिलला आधीच मिळायचे हे कळल्यावर आम्ही स्वयंपाकघरात जायला लागलो. पण च्यू वाँग आम्हाला तिथून हाकलून द्यायचा आणि मग तो आणि बिल हसायचे.

कधीकधी बिल नसते कारभार करायचा. अशावेळी 'तुला केकच्या भट्टीत ठेवून देईन' अशी च्यू वाँग धमकी द्यायचा. भट्टीचे दार किलकिले करून च्यू वाँग त्याला आत टाकण्याचा धाक घाली आणि म्हणे, "थांब, तुला आत ठेवून छानसा केकप्रमाणं भाजतो आणि खातो."

च्यू वाँग चेष्टा करतो आहे हे बिलला कळायचे, पण भट्टीतली उष्णता जाणवली की तो घाबरून हातपाय झाडून लाथा मारायचा.

एकदा भट्टीचे दार उघडून केक नीट भाजला की नाही ते च्यू वाँग पाहत होता.

बिल हळूच चवड्यावर चालत त्याच्यामागे गेला आणि त्याने च्यू वाँगला आत ढकलले.

त्याच वेळी कोठीच्या खोलीत काही कामासाठी गेलेल्या एलिनॉर मावशीला च्यू वाँगची किंकाळी ऐकू आली. ती धावतच स्वयंपाकघरात गेली. च्यू वाँग आपले हात नळाखाली धरून उभा होता. रागाने तांबडालाल झाला होता तो.

थोड्याच दिवसांत आमची परत जायची वेळ आली. प्रवासाचे कपडे घालून आम्ही लिमोसिन गाड्यांत चढलो. आता आम्हाला या गाड्यांची सवय झाली होती. आम्ही खिडक्यांच्या काचा खाली करून हात बाहेर काढत होतो आणि वाटेत आड येणाऱ्या माणसांना हवे ते बोलत होतो. आमच्या या वात्रटपणाचा आजोळच्या माणसांना राग येत नव्हता. कोपऱ्यावरून वळताना इतर गाडीवाल्यांना इशारा करण्याकरता आम्ही सर्वांनी हात बाहेर काढले की, कडक स्वभावाच्या हेनरिएट ड्रायव्हरला पण हसू येत असे.

स्टेशनच्या फलाटावर आम्ही निरोप घेतला. त्यावेळी बिलला आपला पापा घेतल्याचा मुळीच राग आला नाही. उलट त्यानेही सर्वांची चुंबने घेतली.

गाडीत चढून, खिडक्यांना नाके लावून आम्ही बाहेर पाहू लागलो.

"त्यांनासुद्धा आपल्याइतकंच वाईट वाटतं आहे. ते पाहा, आपल्याप्रमाणंच रडत आहेत." ॲनने सांगितले.

तिथून निघताना आम्हाला खूप वाईट वाटले.

हळूहळू गाडी स्टेशनबाहेर निघाली.

"या खेपेला मी गाडीत स्वयंपाक करणार नाही. लिलियनचा पाय आता बरा झाला आहे आणि या वेळी फ्रेडला गाडी लागणार नाही असं मला वाटतं. आता आपण गाडीतच जेवण घ्यायला जात जाऊ..."

मम्मीचे बोलणे संपायच्या आतच मार्था खोकलली.

"अरे देवा! हिला डांग्या खोकला तर झाला नाही ना? पाहू तुझं कपाळ गरम लागतं आहे का?" मम्मीने म्हटले.

सॉल्टलेक सिटी हे गाव येईपर्यंत आम्हा सातही जणांना डांग्या खोकला झाला. आम्हाला बर्थवर झोपता येत नव्हते आणि आमच्या खोकल्याने डब्यातल्या इतरांना रात्रभर झोप येत नव्हती.

याच वेळी डॅडींनी रजा घेतली व शिकागो शहरी आमच्या डब्यात चढून आम्हाला चकित केले. मम्मीने पोर्टरकडून एक बादली व पुसायचे फडके उसने घेतले होते. आमची बाके पुसून काढायला डॅडींनी मम्मीला मदत केली आणि वाटेत विकत घेतलेल्या टिनच्या डब्यातले सार गरम करून आम्हाला त्यांनी पाजले.

"थँक्यू, डॅडी डियर!" आम्ही म्हटले.

"डॅडी डियर?" डॅडींनी विचारले व मग म्हटले, "अच्छा! हे आजोळी शिकलात वाटतं बोलायला? आता दर वर्षी सुट्टीत तुम्हाला कॅलिफोर्नियाला पाठवलं पाहिजे—"

"जरूर, पण माझ्याबरोबर नको. मला माहेरी जाण्यानं व प्रियजनांना भेटल्यानं खूप आनंद झाला. पण पुढच्या खेपेस मी युद्धावर जाईन आणि तुम्ही या मुलांना घेऊन कॅलिफोर्नियाला जा" - मम्मी बोलली.

गती व हालचालीचा अभ्यास आणि टॉन्सिल्स

डॅडींच्या मते दुखण्याकडे दुर्लक्ष करणे हा दुखणे बरे करण्याचा प्रमुख उपाय होता. "दुखण्यांची कौतुकं करायला इथं आम्हाला वेळ नाही. घरात इतकी माणसं आहेत. त्यातलं एक जण जरी आजारी पडलं तरी सर्व घडी विसकटून जाते. तुम्हा मुलांना आम्ही चांगला सुदृढ प्रकृतीचा वारसा दिलेला आहे तो टिकवणं हे काम तुमचं. मला उगाच दुखण्याचे फाजील लाड आवडत नाहीत" - डॅडी म्हणत.

आणि खरोखर गोवर, कांजिण्या, डांग्या खोकला असली दुखणी सोडली तर एरवी आम्ही कधी आजारी पडत नव्हतो. आमच्या घरी डॉक्टर येत ते फक्त मम्मीच्या बाळंतपणासाठी!

आमची आजी (म्हणजे डॅडींची आई) काही दिवस आमच्याकडे राहत होती. ती मेन या भागात जन्मली होती. तिथे हिवाळा त्रासदायक होता. त्यामुळे सर्दीपडसे लांब ठेवण्यात व थंडीवाऱ्याशी मुकाबला करण्यात आपण फार कुशल आहो असे तिचे म्हणणे होते. ही दुखणी लांब ठेवण्याचे तिचे एक गुपित होते.

ती आपल्या वक्षस्थलापाशी एका छोट्या बटव्यात कापूर ठेवत असे. नुसता कापूरच काय, पण तिचा चश्मा, रुमाल, ती विणत असलेली चादरसुद्धा तिथे मावेल असे आम्हाला वाटत असे.

थंडी पडायला लागली की, ती आम्हा सर्वांसाठी छोट्या पांढऱ्या पिशव्या कापूर ठेवण्यासाठी शिवत असे आणि मग आम्हाला त्या देऊन बजावयाची, "आता आजी सांगते ते ऐकायचं. या कापराच्या पिशव्या सतत छातीशी ठेवायच्या. या उप्पर तुम्हाला सर्दी झाली तर ती तुमची चूक आणि त्या चुकीबद्दल तुम्हाला खरपूस मार देईन."

आजी नेहमीच 'जिवंत सोलून काढीन, चामडी लोळवीन, खांडोळी करीन' असल्या धमक्या द्यायची, फाजील लाड केले तर मुले बिघडतात असे तिचे मत होते त्यामुळे ती नेहमी हाताशी छडी ठेवी.

"थांबा, आता तुम्हाला चांगली ठोकून काढते. तुमची आई कधी काही

तुम्हाला मारायची नाही आणि तुमच्या बापाला नसते फुरसत. पण तुमची ही आजी तशी गप्प बसणार नाही.'' आजी बजावयाची आणि जोरात हवेत छडी फिरवायची. त्याचा आवाज यायचा, प्रत्यक्षात उगाच एकदोन वेळा छडी आमच्या पायाशी यायची. तेवढ्याने मार लागल्यासारखे आम्ही विव्हळत असू.

कधीकधी छडी हवेत इतक्या जोरात फिरे की ती मोडून जाई.

''इतकी दांडगाई करता तुम्ही की, छडी तुटण्याइतकं जोरात मारावं लागलं मला. जा आता बागेत आणि माझ्यासाठी आणखी एक छडी आणा. याहून मोठी, जाड आणि मजबूत. जा. पळा.''

क्वचित कधी आम्ही आजारी पडलोच तर औषधोपचार न करणे हा डॅडींच्या मते उत्तम उपाय होता.

''आजारी मुलाला एकटं सोडलं पाहिजे म्हणजे ते लवकर बरं होतं.'' आजी म्हणे आणि डॅडी त्या म्हणण्याला संमती देत. मम्मीही ते आपल्याला पटत असल्याचे सांगे पण प्रत्यक्षात ती रात्रंदिवस आजारी मुलांपाशी बसून राही.

''हे माझं गरम जाकीट घाल, ही इथं मासिकं, कात्री आणि गोंद ठेवला आहे. मी तुझ्यासाठी थोडं खायला करून आणते. तोपर्यंत तू यातली चित्रं कापून वहीत चिकटव. मग मी आल्यावर तुला गोष्ट वाचून दाखवेन.'' मम्मी प्रेमाने सांगायची.

एकदा आमच्या एका नातेवाइकाने घरात कांजिण्यांची लागण आणली आणि मार्थाखेरीज आम्ही सर्व मुले त्याने पछाडलो. वरच्या मजल्यावरच्या दोन मोठ्या खोल्यांचे इस्पितळात रूपांतर केले. एक खोली मुलींसाठी व दुसरी मुलांसाठी. दोनचार दिवस आम्हाला सडकून ताप आला. मग सर्वांगाला खाज सुटायची, मम्मी आम्हा सर्वांना मलम आणि बर्फ लावत फिरायची. नेहमी मम्मीच्या बाळंतपणासाठी येणारे डॉ. बर्टन आले. त्यांनी आम्हाला तपासून काळजीचे कारण नसल्याचे सांगितले.

''तुमची मुलं सहसा आजारी पडत नाहीत हे मी कबूल करतो, मि. गिलब्रेथ! पण एकदा आजारी पडली म्हणजे न्यू जर्सीच्या सार्वजनिक आरोग्याच्या अहवालात एकदम फरक घडवून आणतात.''

''म्हणजे काय?'' डॅडींनी विचारले.

''दर आठवड्याला मी किती संसर्गजन्य रोग्यांना औषधोपचार केले ते मला लिहून कळवावं लागतं. साधारणपणे मी गोवर, कांजिण्या असल्या सांसर्गिक रोगाचे चार-पाच रोगी तपासतो. आता जर मी तुमच्या घरी येऊन गेल्यावर अवघ्या एका दिवसात गोवराचे अकरा रोगी तपासले असं कळवलं तर आरोग्य खातं सबंध मॉंटक्लेअरमधल्या शाळा, गोवराची जबरदस्त साथ आहे म्हणून बंद ठेवतील.''

गोवरचा जोर जरा कमी झाल्यावर आम्हाला बरे वाटायला लागले. मग

बिछान्यात पडल्यापडल्या आम्ही गाणी गात असू, गोष्टी सांगत असू, स्पेलिंगचे खेळ खेळत असू, कोडी घालत असू, पुढे पुढे तर उश्यांची फेकाफेकी आणि मारामाऱ्या पण चालत. डॅडी बराच वेळ आमच्या संगतीत घालवत आणि आमच्या उश्यांच्या फेकाफेकी व मारामाऱ्या सोडून बाकी सर्व खेळात भाग घेत. आजारी मुलाला एकटे सोडावे अशा विचाराचे ते अजूनही होते. पण मार्थाखेरीज आम्ही सर्व भावंडे आजारी असल्याने त्यांना सुने सुने वाटे.

एके दिवशी रात्री जेवणानंतर डॅडी आमच्या खोलीत आले तेव्हा त्यांच्या चेहऱ्यावर तांबूस पुटकळ्या दिसल्या. ॲनने विचारले, "तुम्हाला पण गोवर झालाय?"

"छे! मला काही झालं नाही." डॅडी गुळमुळीतपणे बोलले. आम्हाला त्याचा इतका आनंद झाला की, 'डॅडींना पण गोवर आला' - आम्ही मोठमोठ्याने ओरडू लागलो. त्या आवाजामुळे वरती कसला गोंधळ चालला आहे पाहायला आजी वर आली.

"काय गोंधळ चालला आहे?" तिने विचारले आणि डॅडींच्या चेहऱ्याकडे लक्ष जाताच ती ओरडली,

"बाप रे! तुझ्या चेहऱ्यावर हे फोड कसले?"

"मी नुसती चेष्टा करत होतो मुलांची." पडलेल्या आवाजात डॅडींनी उत्तर दिले.

"इथून आधी नीघ आणि आपल्या बिछान्यात जाऊन झोप. तुझ्या वयाच्या माणसाला थोडी तरी अक्कल हवी!"

आपल्या फ्रॉकचे खिसे चाचपून आजीने चश्मा काढला आणि तो डोळ्याला लावून डॅडींचा चेहरा न्याहाळला.

"फ्रँक, कधीकधी तू तुझ्या सर्व मुलांपेक्षा जास्त त्रासदायक असतोस. लाल शाईचे ठिपके रंगवून आम्हाला घाबरवायला पाहतोस! फार शहाणा आहेस!"

"खरंच चेष्टा करत होतो मुलांची." डॅडी परत बोलले.

"कळली अक्कल." आजी बाहेर जात बोलली.

डॅडी गप्प बसले.

"डॅडी खरंच तुम्ही शाईचे ठिपके लावले आहेत? आम्ही पण किती फसलो," आम्ही म्हटले, पण एकंदरीत डॅडींचा तो विनोद आम्हाला आवडला होता.

मार्थाच्या अंगात रोगाचा प्रतिकार करण्याची भरपूर शक्ती होती. तरी पण तिला वर आमच्याकडे येऊ दिले जात नव्हते. आमच्या घरात संसर्गजन्य रोग झाला असल्याने तिला शाळेतही जाता येत नव्हते. दोन आठवडे अगदी एकाकी पडल्याने ती कंटाळून गेली होती. तिची अन्नावरची वासनाही उडाली होती. शेवटी तिला

अगदी राहवेनासे झाले तेव्हा हळूच चोरून ती आम्हाला भेटायला वर आली. "तुला पण आजारी पडायची हौस आली का काय? जा खाली अगोदर." ॲनने सांगितले.

यावर रडका आवाज काढत मार्था म्हणाली, "खरंच वाटतंय आजारी पडावंसं!"

"उगाच चावटपणा करू नको. आता तर सबंध तळमजल्यावर तुझंच राज्य आहे आणि तुला डॅडी-मम्मींचा सहवासही भरपूर मिळत असेल."

"छे! डॅडी-मम्मींच्या सहवासात आता मुळीच मजा वाटत नाही. त्यांनाही एकट्यानं जेवण्याचा कंटाळा आला आहे. अगदी उदास दिसतात ते!" मार्थाचे उत्तर.

आमच्या सामुदायिक आजारानंतर डॅडींनी गती व हालचाली यांच्या अभ्यासाचा उपयोग करून शस्त्रक्रियांना लागणाऱ्या वेळात बचत कशी करता येईल याचा विचार सुरू केला होता.

डॅडी म्हणत, "शस्त्रवैद्य (सर्जन) आणि कोठलाही यंत्रज्ञ (इंजिनीअर) या दोघांत फारसा फरक नाही. जर मला शस्त्रवैद्यांच्या हालचालींचा अभ्यास करायला मिळाला तर मी त्यांचा या कामातला वेग वाढवून दाखवू शकेन."

यासाठी सुरुवातीस डॅडी ज्या शस्त्रवैद्यांना भेटले त्यांनी डॅडींना फारसे सहकार्य दिले नाही.

एका डॉक्टरने उत्तर दिले, "आमचा संबंध काही निर्जीव वस्तूंशी नसतो. तो असतो सजीव प्राण्यांशी, माणसांशी आणि सर्वच माणसं काही एकसारखी नसतात. प्रत्येकाची प्रतिक्रिया वेगळी असते. तेव्हा एकाच्या बाबतीतल्या हालचाली दुसऱ्या माणसाच्या बाबतीत लागू पडतीलच असं नाही."

"जरूर लागू पडतील. फक्त तुम्ही शस्त्रक्रिया करत असताना त्याची मला फिल्म घेऊ द्या; मी सिद्ध करून दाखवीन तुम्हाला."

शेवटी डॅडींनी आपला फिल्म घेण्याचा कॅमेरा शस्त्रक्रियेच्या खोलीत बसवण्याची परवानगी मिळवली. नंतर ती फिल्म त्यांनी आम्हाला आमच्या दिवाणखान्यात बसवलेल्या प्रोजेक्टरवर दाखवली.

हॉलच्या भिंतीवर 'गिलब्रेथ' असे नाव लिहिलेले मोठे घड्याळ लावलेले होते. एक काटा प्रत्येक सेकंदाला संपूर्ण गोल फेरी मारत असे. सर्व डॉक्टर व परिचारिका शुभ्र वेषात उभे होते. त्यांच्या टोप्यांवर नंबर लिहिलेले होते. पुढच्या भागातील शस्त्रक्रियेच्या टेबलावर एक रोगी झोपला होता. अगदी डाव्या हाताला हिमाच्छादित आल्प्स पर्वतासारखी एक वस्तू होती. हातात घड्याळ घेतलेली. ती वस्तू कॅमेऱ्याकडे वळून हसल्याबरोबर आम्ही ओळखले की ते डॅडी होते.

आमच्या मते ओटीपोटाची ती गुंतागुंतीची शस्त्रक्रिया त्या शस्त्रवैद्यांनी फार

छान, जलदपणे केली. पण प्रोजेक्टरवर ती फिल्म दाखवत असलेले डॅडी मात्र सारखे म्हणत होते, ''छे! मूर्खपणाचा कळस करत आहेत हे शस्त्रवैद्य.''

''मुलांनो, आता त्या टोपी नंबर तीनच्या डॉक्टरकडं नीट पाहा. सबंध टेबलाला प्रदक्षिणा घालून, शेजारच्या टेबलाकडं जाऊन त्यावरचं एक शस्त्र त्यानं घेतलं. मग ते खाली ठेवून दुसरं उचललं, त्याऐवजी त्यानं आपल्याला जे शस्त्र हवं त्याचं नेमकं नाव सांगितलं असतं तर त्याच्या शेजारच्या सहा नंबरची टोपी घातलेल्या परिचारिकेनं त्याला चटकन आणून दिलं असतं. तेच काम करण्यासाठी तर ती तिथं आहे. त्या डॉक्टरचा डावा हात पाहा. त्यानं नुसताच लोंबत ठेवला आहे. त्याचाही त्यानं उपयोग केला तर काम दुप्पट जलद झालं असतं की नाही?''

डॅडींच्या या फिल्मच्या अभ्यासाचा परिणाम असा झाला की, शस्त्रक्रियेची जागा बधिर करण्यास एरवी जो वेळ लागे तो ते पंधरा टक्क्यांनी कमी करू शकले. पण एवढ्याने डॅडींचे समाधान झाले नाही. त्यांना अशा तऱ्हेच्या बऱ्याच शस्त्रक्रियांच्या फिल्म घेऊन त्यांचा अभ्यास करावयाचा होता, म्हणजे त्या शस्त्रवैद्यांच्या कोणत्या हालचाली अनावश्यक होत्या ते डॅडींच्या लक्षात आले असते व त्या हालचाली टाळल्याने शस्त्रक्रिया झटपट करता आल्या असत्या; परंतु अडचण ही होती की, बरेच रोगी आपली फिल्म काढू देण्याच्या विरुद्ध होते. इस्पितळांनाही भीती वाटत होती की, एखादी शस्त्रक्रिया बरोबर झालेली नसली तर आपण कायद्याच्या कचाट्यात सापडू.

''मिळेल तुम्हाला अशी संधी केव्हातरी. निराश नका होऊ—'' मम्मींनी डॅडींची समजूत घातली.

पण संधीची वाट पाहत थांबण्याएवढा डॅडींना धीर नव्हता. एकदा एखादे काम हातात घेतले की, ते पुरते होण्याआधी खाली ठेवून देणे त्यांना पटत नसे. एखादा रोगी, एखादा शस्त्रवैद्य व एखाद्या इस्पितळातले लोक कबूल होतील तेव्हा परत हे प्रयोग सुरू करायचे हे डॅडींना पटत नव्हते.

आणि मग त्यांना एकदम एक कल्पना सुचली.

''हं! आठवलं. केव्हाचे डॉ. बर्टन माझ्यामागं लागले आहेत की, या मुलांच्या टॉन्सिल्स काढून टाका. आपण आपल्या घरातच एक शस्त्रक्रियेची खोली तयार करू आणि आपल्या मुलांची व डॉ. बर्टनची फिल्म घेऊ.'' डॅडी म्हणाले.

''आपल्या मुलांवर असे प्रयोग करणं मला निर्दयपणाचं वाटतं.'' मम्मीने म्हटले.

''बरोबर आहे तुझं म्हणणं. पण डॉ. बर्टनची पुरी संमती मिळाल्याखेरीज मी हे मुळीच करणार नाही. जर डॉक्टर म्हणाले की, ते त्यांची फिल्म घेत असताना नर्व्हस होतील, बावरतील; तर मी त्यांची चित्रं मुळीच घेणार नाही. पण मी म्हणतो,

मुलांचे टॉन्सिल्स मात्र एकदा काढून घेऊ.''

''डॉ. बर्टन बावरतील असं मात्र मुळीच वाटत नाही.'' मम्मीने आश्वासन दिले.

''मलासुद्धा नाही वाटत. आज मी त्यांना भेटायला बोलावणार आहे, खरं सांगू का, हे सर्व करताना मला अपराध्यासारखं वाटतं आहे. मी नेहमी डॉक्टरना म्हणायचो ना, माझे टॉन्सिल्स मी कधीच काढून घेणार नाही म्हणून, पण आता मात्र प्रायश्चित्त म्हणून मी माझेही टॉन्सिल्स काढून घेईन.'' डॅडी म्हणाले.

''मलासुद्धा अपराध्यासारखं वाटतं आहे.'' मम्मी म्हणाली.

डॉ. बर्टननी कॅमेऱ्यासमोर शस्त्रक्रिया करण्याचे कबूल केले. डॉ. बर्टन डॅडींना म्हणाले, ''तुमच्या भल्यामोठ्या छान टॉन्सिल्सवर माझी नजर पडली तेव्हापासून कधी एकदा ते कापेन म्हणून माझे हात फुरफुरतच होते. बरी संधी मिळाली आता.''

''डॉक्टरसाहेब, ठेवा ते तुमचे स्काल्पेल बाजूला. मुलांचे टॉन्सिल्स काढून मुलं चांगली बरी झाली म्हणजे मगच काढायचे माझे टॉन्सिल्स.'' डॉ. बर्टननी ठरविले की, ओळीने ॲनपासून लिलियनपर्यंतच्या मुलांवर शस्त्रक्रिया करायची. मार्थाला टॉन्सिल्स नव्हते व लिलियनच्या पाठची मुलं अजून लहान होती म्हणून ॲन, अर्नेस्टाइन, फ्रँक, बिल व लिलियन यांचे टॉन्सिल्स काढायचे ठरले.

सामुदायिक शस्त्रक्रियेच्या आदल्या दिवशी मार्थाला मोठ्या आत्याच्या घरी झोपायला पाठवले. कारण आदल्या रात्री शस्त्रक्रिया करून घेणाऱ्या मुलांना जेवण देण्यात येणार नव्हते व दुसरे दिवशी सकाळी नाश्ताही मिळणार नव्हता.

आम्हा सर्वांच्या नंतर मार्थाला कांजिण्या आल्या तेव्हा आम्ही तिच्याशी कसे वागलो हे मार्था विसरली नव्हती. म्हणून तिने मुद्दाम आमच्यासमोर म्हटले, ''ॲन आत्याला मुलांना खायला घालायची फार हौस आहे. तिच्याकडं सकाळी फार चविष्ट पदार्थ असतात सफरचंदांचे. शिवाय तिच्या कोठीच्या खोलीत बरण्यांतून नेहमी सुकामेवा असतो आणि तो मुलांनी जातायेता खाल्लेला तिला आवडतो. उद्या सकाळी आपल्या टॉन्सिल्सवर धारदार सुरी फिरण्याची वाट पाहत तुम्ही बसलेले असाल तेव्हा मी तुमची आठवण काढून प्रत्येकाच्या नावानं एकेक घास खाईन हं!''

जणू ॲन आत्या आपल्या समोर उभी आहे असा आविर्भाव करून मार्था पुढे म्हणाली, ''आत्या, नेहमीपेक्षा तुझा हा सुकामेवा फारच छान आहे. आणखी घेऊ म्हणतेस? नको गं! नाश्त्याच्या वेळी खाल्लेलं अजून जिरलंही नाही. भूकच नाही आता पण तुझा फारच आग्रह असेल तर खाते बापडी!''

''खाऊन खाऊन पोट दुखलं पाहिजे तुझं.'' आम्ही बोललो.

दुसऱ्या दिवशी सकाळी आम्ही पाचजण दिवाणखान्यात जमलो. आमची पोटे अगदी रिकामी होती. आत कावळे ओरडत होते. वरच्या मजल्यावर पलंगांची

हलवाहलव करून आमच्यासाठी इस्पितळ तयार होत होतं. जिथे शस्त्रक्रिया करणार होते त्या खोलीत डॉ. बर्टन, डॅडी, फिल्म घेणारा कॅमेरामन आणि परिचारिका शस्त्रक्रियेची तयारी करत होते.

शुभ्र वेषात आल्प्स पर्वतासारखे दिसणारे डॅडी आत आले व ॲनच्या पाठीवर थोपटून म्हणाले, ''चल ॲन.'' आम्हा इतरांना दिलासा देत ते म्हणाले, ''फारसं काही नसतं त्यात. थोड्या मिनिटांत संपेल आणि मग तुमच्या शस्त्रक्रियेची फिल्म पाहायला तुम्हाला किती गंमत वाटेल.''

ते जरी आम्हाला असे बोलले तरी ॲनला नेताना त्यांचे हात थरथरत होते ते आम्ही पाहिले. त्यांचा शुभ्र वेष घामाने ओला झाला होता. मम्मी येऊन आमच्याजवळ बसली. तिने पण शस्त्रक्रिया पाहावी असे डॅडींचे मत होते. पण आपल्याच्याने ते पाहावणार नाही म्हणून ती गेली नाही. थोड्या वेळाने पावलांचे आवाज ऐकू आले व ॲनची शस्त्रक्रिया आटपून तिला बिछान्याकडे नेले जात आहे हे आम्हाला कळले.

''आता माझा नंबर! खरं सांगायचं तर मला भीती वाटत आहे—'' अर्नने म्हटले, ''आणि या क्षणी मला इतकी भूक लागली आहे की, सफरचंदाचे चविष्ट पदार्थ खात असलेली ती कार्टी मार्था माझ्या डोळ्यासमोर उभी आहे.''

''आणि सुकामेवा पण!'' बिलने आठवण केली.

''मम्मी, आमची शस्त्रक्रिया झाल्यावर आम्हाला सफरचंदाचं पक्वान्न आणि सुकामेवा देशील?'' लीलीने हळूच विचारले.

''हो! हवं ते देईन हं!'' मम्मीने कबूल केले. डॅडी दिवाणखान्यात आले. घामाने त्यांचे कपडे निथळत होते. जणू आल्प्स पर्वतावरचे बर्फ वितळायला लागले होते.

''काही एक त्रास झाला नाही. फिल्म छान घेतली. ॲन आता एखाद्या सुंदर अर्भकाप्रमाणे शांत झोपली आहे. हं! चला, अर्न! आता तुझी पाळी.''

''माझी भूक पळाली. आता उरली आहे फक्त भीती—'' अर्नने म्हटले.

परिचारिकेने अर्नच्या नाकावर ईथरने भिजवलेला रुमाल ठेवला. कॅमेरामन कॉगिन आपल्या कॅमेऱ्यात रोल घालत आहेत एवढेच अर्नला कळले. त्यानंतर एक, दोन, तीन, चार, म्हणता म्हणता ती झोपी गेली.

डॉ. बर्टनने तिचे तोंड उघडून आत पाहिले व म्हटले, ''बाप रे! गिलब्रेथ, मार्थाचे टॉन्सिल्स काढण्याची गरज नाही हे मी तुम्हाला सांगितलं होतं ना?''

''पण ही मार्था नाही. ही आहे अर्नेस्टाइन.'' डॅडी बोलले.

''खात्री आहे तुमची?''

''मूर्खा, माझी मुलं पण मला ओळखता येत नाहीत का?''

डॉ. बर्टन काही माघार घ्यायला तयार होईनात. ते म्हणाले, ''तुमची काहीतरी चूक होते आहेसं वाटतं. तिच्याकडं नीट पाहून सांगा. ही मार्था नाही?''

''भले! म्हणजे मला स्वत:ची मुलं ओळखता येत नाहीत असं तुमचं म्हणणं आहे?''- डॅडी.

''माझं काही म्हणणं नाही, बाबा! ही जर मार्था नसेल तर आपण मोठीच चूक करून बसलो आहो-'' डॉक्टर.

''आपण?'' डॅडी ओरडून म्हणाले, ''आपण चूक केली? फार शहाणे आहात डॉक्टर! माझ्या हातून काही एक चूक घडलेली नाही. घडलीच असेल तर ती तुमच्या हातून-''

''मला वाटलं की हीच मार्था!''

''म्हणजे? या पोरीला तुम्ही निष्कारण बेहोश केली!'' डॅडी रागावून म्हणाले. ''झालंय खरं असं! फार दिलगीर आहे मी त्याबद्दल. फारच निष्काळजीपणा झाला माझ्या हातून. पण तुमची सर्वच मुलं एकसारखी दिसतात—'' बर्टन बोलले.

''तुम्हीही मला माफ करा माझा तोल सुटल्याबद्दल, पण आता पुढं काय करायचं?'' डॅडींनी विचारले.

''आता काढतो मी हिच्याही टॉन्सिल्स. आज ना उद्या त्या काढाव्या लागल्याच असत्या आणि मुख्य म्हणजे शस्त्रक्रियेपूर्वी जी घबराट होते, ती तिनं अनुभवलीच आहे. ती परत कशाला तिला भोगायला लावायची?'' डॉक्टर बोलले.

डॉ. ओणवे होऊन पाहू लागल्यावर अजाणता तिने त्यांना पायाने ढकलले.

''ठीक आहे, अर्नेस्टाइन! तू आता मला दिलेली शिक्षा योग्यच आहे.'' डॉ. पुटपुटले. परंतु प्रत्यक्ष शस्त्रक्रिया केली तेव्हा असे आढळून आले की, अर्नेस्टाइनचे टॉन्सिल्स काढायलाच हवे होते.

दोन शस्त्रक्रिया पाहून व त्यांची फिल्म घेऊन मि. कॉगिनला गरगरायला लागले होते. ते पाहून डॅडी म्हणाले, ''तू जर नीट फिल्म घेतली नाहीस ना, तर हिच्या पाठोपाठ तुझे टॉन्सिल्स काढू.''

कॉगिनने नीट फिल्म घेतली. शस्त्रक्रिया आटोपल्यावर परिचारिकेने व डॅडींनी तिला बिछान्यावर नेऊन झोपवले. तिच्या पाठोपाठ फ्रँकला न्यायला डॅडी दिवाणखान्यात आले तेव्हा मम्मीला म्हणाले, ''कुणाला तरी ॲनच्या घरी पाठवून ताबडतोब मार्थाला बोलावून घ्या.''

तिने नाश्ता केला असेल आत्तापर्यंत व सुकामेवा पण खाल्ला असेल असे कुणीतरी म्हणताच डॅडी रागावून म्हणाले, ''ते काहीही असलं तरी आज तिच्यावर शस्त्रक्रिया होणार. हाच गोंधळ उद्या परत घालायची माझी मुळीच तयारी नाही.''

ठरल्याप्रमाणे फ्रँक, बिल, लिलियन यांची टॉन्सिल्स काढून झाली. तेवढ्यात

रडत, लाथा झाडत, सुकामेवा मुठीत धरून मार्था आली.

"डॉक्टर! तुम्हीच तर मला सांगितलं होतं. मला टॉन्सिल्स नाहीत असं. आता काही झालं तरी मी नाही शस्त्रक्रिया करून घेणार." मार्था रडत रडत म्हणाली.

तिला पकडून टेबलावर निजवताना तिने डॉक्टरांच्या पोटावर लाथ झाडली.

"मि. गिलब्रेथ, यापुढं तुमच्या घरी येताना मला चिलखत आणि मुखवटा घालून यायला हवं. बरं, आता हिला (ही मार्थाच असेल तर) ईथर द्या—" डॉक्टर म्हणाले.

"हो, हो! मी मार्थाच आहे आणि माझे टॉन्सिल्स काढण्यात तुम्ही मोठी चूक करत आहा—" नाकावर ठेवलेल्या ईथरच्या रुमालाखालून मार्था बोलली.

"सांगितलं नाही मी तुम्हाला ही मार्था आहे असं?" डॅडी म्हणाले.

"समजलं! आता परत तो विषय नको. ही मार्था आहे. कबूल! पण हिच्या टॉन्सिल्सचं नाव मी अर्नेस्टाइन ठेवलं आहे. झालं आता? बरं, बाळ मार्था! आता तोंड उघड पाहू. आपण आतून अर्नेस्टाइनचे टॉन्सिल्स काढून टाकू हं! मिस्टर कॉगिन करा सुरू तुमचा कॅमेरा." डॉ. बर्टननी सांगितले. त्या दिवशी घसे दुखत असल्यामुळे आम्हा कुणालाच बरे वाटत नव्हते, पण सर्वांत जास्त वैतागली होती मार्था.

मार्था आजीची विशेष लाडकी होती. ती वारंवार म्हणत राहिली, "असं तुला त्यांनी करायला नको होतं. तुला हवं ते खाऊ दिलं आणि मग खाटकासारखे तुझे टॉन्सिल्स कापले. आता यात दोष तुझ्या बापाचा होता की डॉक्टरचा होता ते मी जाणत नाही. पण माझ्या मते दोघांनाही जिवंत सोलून काढलं पाहिजे." आमची प्रकृती हळूहळू पूर्वस्थितीवर येत असताना डॅडी खूप वेळ आमच्या समवेत घालवत. आम्ही काही दुखण्याची तक्रार केली की ते उडवून लावून म्हणत, "उगाच सोंगं करू नका. तुमच्यावरच्या शस्त्रक्रिया मी पूर्ण पाहिल्या आहेत. उगीच एक बारीकशी चीर तुमच्या घशाशी केली. त्याचा एवढा बाऊ कसला करता? कोल्हा पायाचा लचका तोडून खात असताना तोंडावाटे ब्रही न काढणाऱ्या स्पार्टन मुलाची मी सांगितलेली गोष्ट विसरलात का?"

मग त्या स्पार्टन मुलाने आपले टॉन्सिल्स कसे काढून घेतले असते ते दाखवण्यासाठी व आमच्या तक्रारी किती फुसक्या आहेत हे आम्हाला पटवून देण्यासाठी डॅडींनी भूल न घेता शस्त्रक्रिया करून घेण्याचे ठरविले. फक्त शस्त्रक्रियेची जागा तेवढी बधिर करायची होती. आजी, मम्मी, डॉ. बर्टन- या सर्वांचा या गोष्टीला विरोध होता. पण डॅडी कुणाचेही ऐकेनात. "उगाच काय एवढं स्तोम माजवता? ही शस्त्रक्रिया तशी मुळीच अवघड नाही. शिवाय फक्त तेवढीच जागा बधिर केली म्हणजे या मूर्ख डॉक्टरवर मला नजरही ठेवता येईल. नाहीतर हा काहीतरी गोंधळ

करून ठेवेल—'' डॅडी म्हणाले.

आम्ही मुले पुरती बरी झाल्यावर एके दिवशी सकाळी डॅडी आणि मम्मी डॉ. बर्टनकडे निघाली. मम्मीच्या मनातून टॅक्सी बोलवावी असे होते, पण डॅडींनी ते ऐकले नाही. शस्त्रक्रिया करून घेऊन परत येताना आपणच गाडी चालवणार असे त्यांनी सांगितले.

आम्हा सर्वांचा निरोप घेत डॅडी म्हणाले, ''तासाभरात आम्ही परत येऊ. जेवणासाठी माझी वाट पाहा हं! मला आत्ताच सपाटून भूक लागली आहे.''

''आपण किती घाबरलो होतो ना शस्त्रक्रियेआधी? डॅडी पाहा उलट आतुरतेनं वाट पाहत आहेत त्याची. ते निधड्या छातीचे स्पार्टन आहेत हे कबूल करायलाच हवं आपल्याला—'' जोरात जाणाऱ्या आमच्या 'पिअर्स ॲरो'कडे पाहत ॲन म्हणाली.

दोन तासांनंतर आमच्या दारात एक टॅक्सी उभी राहिली. ड्रायव्हरने बाहेर येऊन आत बसलेल्या प्रवाशांसाठी मागचे दार उघडले. डोळे लाल, चेहरा पांढरा फटफटीत अशा अवस्थेतली मम्मी प्रथम उतरली. मग तिने व ड्रायव्हरने मिळून निळ्या सर्जमधल्या एका गाठोड्याला बाहेर यायला मदत केली. डॅडींची हॅट चुरगळली होती. चेहरा ओढलेला, विवर्ण. ते प्रत्यक्ष रडत नव्हते, पण त्यांच्या डोळ्यातून पाणी येत होते. त्यांना बोलताही येत नव्हते; हसताही येत नव्हते.

''काय वजनदार माणूस आहे!'' टॅक्सी ड्रायव्हर बोलला. ''एवढ्या सकाळी इतकी ढोसली असेल अशी कल्पनासुद्धा आली नाही. हे पितात हे नव्हतं माहीत.''

आम्हाला वाटले, डॅडी आता त्याच्यावर ओरडणार. पण ते गप्पच राहिले. फक्त त्यांनी एक रागाचा कटाक्ष ड्रायव्हरकडे टाकला. त्यावरून त्यांची प्रकृती किती खराब झाली होती याची आम्हाला कल्पना आली.

''जीभ आवर आधी. दिसत नाही तुला ते किती भयंकर आजारी झाले आहेत ते?'' मला वाटते, आयुष्यात प्रथमच एवढे कठोर वाक्य मम्मी बोलली.

मम्मी आणि आजी यांनी मिळून डॅडींना वरच्या मजल्यावर आपल्या खोलीत जायला मदत केली. डॅडींच्या कण्हण्याचा आवाज खालपर्यंत ऐकू येत होता.

डॅडींना झोपेची गोळी देऊन झोपविल्यावर रात्री मम्मीने आम्हाला सर्व हकिकत सांगितली. फक्त घशाची जागा तेवढी बधिर करून शस्त्रक्रिया सुरू झाली. एका बाजूचे टॉन्सिल्स काढल्यावर ते चिमट्यात पकडून डॅडी, मम्मीला दाखवायलाही बाहेरच्या खोलीत आले होते, आपल्याला बिलकूल त्रास न झाल्याचेही त्यांनी मम्मीला सांगितले होते. त्यानंतर बऱ्याच वेळाने डॅडी बाहेर आले. त्यांनी आपला कोट व हॅट घेतली. त्यांचा चेहरा गळून गेल्यासारखा दिसत होता. ''बर्टन, धाव. मला स्राव होतो आहे.'' ते विव्हळत बोलले.

“बरं वाटेल थोड्याच वेळात. खरोखर तुम्ही उगाचच हा त्रास ओढवून घेतलात—” बर्टनने म्हटले. आता डॅडी गाडी चालवतील असे मुळीच वाटत नव्हते. म्हणून मम्मीने टॅक्सी बोलावली. एका गॅरेजवाल्याने रात्री आमची गाडी दुसऱ्या गाडीला जोडून ओढत आणून रात्री पोहोचवली.

“मी तुमची गाडी स्वत: चालवत आणणार होतो. गाडीचं इंजीन सुस्थितीत होतं. पण ती सुरू करण्याचा प्रयत्न केला की, आचके द्यायची व थांबायची अशी गाडी पाहिली नाही कधी—” गॅरेजमधला मेकॅनिक बोलला.

“गिलब्रेथखेरीज कुणाला त्या गाडीची नाडी समजत नाही.” मम्मीने सांगितले.

डॅडी जवळजवळ दोन आठवडे बिछान्यात होते. यापूर्वी कधीच ते आजारी पडलेले आम्ही पाहिले नव्हते. त्यांना खाता येत नव्हते. बोलता येत नव्हते. सिगारेट ओढता येत नव्हती. पण जेव्हा बिलने त्यांना विचारले (तो नेहमी त्यांना अडचणीत टाकणारे प्रश्न विचारायचा) “डॅडी, तुम्ही स्पार्टन लोकांसारखेच टॉन्सिल्स काढून घेतलेत का हो?” तेव्हा तब्बल दोन मिनिटं त्यांनी त्याच्याकडे रागाने पाहिले. पुढे दहा-पंधरा दिवसांनंतर ते बिछान्यावरून उठले तेव्हा कुठे त्यांना बोलायला यायला लागले. तोपर्यंत ते उशावर रेलून पडूनच ऑफिसच्या कामांची कागदपत्रे वाचत. एके दिवशी आलेल्या टपालात कॅमेरामन कॉगिनचे पत्र होते—

“मला माफ करा मि. गिलब्रेथ. तुमच्या मुलांच्या शस्त्रक्रियेच्या फिल्ममधलं एक चित्रसुद्धा स्पष्ट उठलेलं नाही. कारण मी आतल्या काचेवरचं टोपण काढायला विसरलो होतो. मी त्याबद्दल दिलगीर आहे” -कॉगिन.

वि.सू.- मी तुमच्या कामाचा राजीनामा देत आहे.

त्याचे पत्र फेकून देऊन बिछान्यावरून ताडकन उठले. पंधरा दिवसांनी प्रथमच त्यांच्या तोंडचे शब्द ऐकू आले—

“जगभर त्याच्यामागं धावीन, पण हरामखोराला पकडून आणीन आणि त्याचे टॉन्सिल्स बटणाच्या हुकनं ओढून काढीन. सोडणार नाही. म्हणे राजीनामा देतो. तो कसला राजीनामा देतो..! मीच त्याला लाथ मारून हाकलून देत आहे.”

◆

सहा

सरकारने विकायला काढलेले नान्चुकी येथले दीपगृहाचे दोन बंगले डॅडींनी विकत घेतले. तसेच लष्कराच्या मालकीची एक झोपडीही घेतली. या तिन्ही वस्तू मॅसॅच्युसेट्स राज्यात होत्या. आम्ही वसंत ऋतूतली सुट्टी या ठिकाणी घालवत असू. दोन बंगल्यांपैकी एकात डॅडींचे ऑफिस होते. दुसऱ्यात आम्ही तिघे झोपत असू.

मधल्या झोपडीचे नाव डॅडींनी 'म्हातारीचा बूट' (ओल्ड वुमन्स शू) ठेवले होते. झोपडी व दोन्ही दीपगृहे सपाट मैदानावर होती. आमच्या घरांखेरीज आणखी एकच घर तिथे होते. ते व्हिटने नावाच्या एका कलाकार दांपत्याचे होते. आम्ही गेल्यानंतर दुसऱ्या वसंत ऋतूत त्यांनी ते हलवल्यानंतर त्या सर्व जागेवर आमचीच मालकी झाली.

मॉंटक्लेअरहून नान्चुकीला जाताना कनेक्टिकट राज्यातील न्यूलंडन गावी रात्री आम्ही एका हॉटेलात मुक्काम करीत असू. डॅडींची त्या हॉटेलच्या मॅनेजरशी व तिथल्या कारकुनाशी चांगली ओळख झाली होती. ती मंडळी आमची खूप थट्टा करत.

आम्ही हॉटेलात शिरायला लागलो की मॅनेजर म्हणे, "हरे राम! ते पाहा कोण आत शिरतंय. अरे, कुणीतरी आगीच्या बंबाला सूचना देऊन ठेवा आणि गुप्तहेरांना पण सांगून ठेवा. कारण गिलब्रेथ कुटुंब आलं आहे. काउंटरवरचे सिगारेट कटर उचलून सुरक्षित ठेवा—"

गेल्या खेपेस आम्ही आलो होतो तेव्हा अर्नेस्टाइनने कुतूहलाने त्या सिगारेट कटरमध्ये करंगळी घातली होती, आणि करंगळीचा बारीकसा टवका कापला गेला होता.

"म्हणजे, अजून ते भयानक यंत्र आहे का तुमच्याकडं?" डॅडींनी हसत विचारले आणि पुढे म्हटले, "आमच्या लेकीचं बोट पूर्ववत झालं बरं का. दाखव गं अर्न, तुझी करंगळी!"

अर्नने हात उचलून करंगळी मॅनेजरला दाखवली. कितीतरी रक्त त्या दिवशी करंगळीतून गालिच्यावर सांडले होते.

"ते राहू द्या. आता मला सांगा, या माझ्या आयरिश मुलांना डझनाच्या हिशेबानं इथं स्वस्तात राहायला मिळेल का?" डॅडींनी तिथलं पेन उचलून हॉटेलच्या रजिस्टरमध्ये नोंद करत विचारले.

"तुमची मुलं आयरिश काय? लबाड गृहस्था! मी इथं आता पांढरी चादर पांघरून बसलो असतो तर तुमची मुलं अरब असल्याचं तुम्ही मला सांगितलं असतं. गेल्या खेपेस तुम्ही आपल्याला सात मुलं असल्याचं सांगितलं होतं. आता पाहतो तर डझनभर दिसताहेत."

"तुम्ही पाहिल्यानंतर त्यात भर नाही का पडणार?

मॅनेजरने मग हॉटेलातल्या नोकराला बोलावून ५०३ ते ५०७ नंबरच्या खोल्या आम्हाला उघडून देऊन आमची नीट व्यवस्था करायला सांगितले.

प्रथम आम्ही नान्चुकीला जायला सुरुवात केली त्यावेळी त्या बेटावर मोटारी नेऊ देत नसत. मग न्यूबेडफोर्ड येथे एका गॅरेजमध्ये ती आम्ही ठेवत असू. जेव्हा मोटारी न्यायला परवानगी मिळू लागली तेव्हा ती वाफाऱ्यावर चढवून आम्ही पलीकडे नेत असू. वाफाऱ्यावर ती गाडी चढवणे मोठे कटकटीचे काम असे. मम्मी आम्हा सर्वांना गाडीतून खाली उतरून वाफाऱ्यावर एका बाजूला उभे राहायला लावायची. डॅडींनी गाडी वर चढवताना लाइफ बेल्ट लावावा असा तिचा आग्रह असायचा.

"तुम्ही आणि ती गाडी असे दोघेही एक दिवस समुद्रात पडणार आहेत." मम्मी नेहमी म्हणायची.

"तुझासुद्धा माझ्यावर विश्वास नाही का? आणि मला पोहायला येतं हे विसरलीस वाटतं तू लीली?" डॅडींनी विचारले.

आमच्या नान्चुकीच्या घरात स्नानपात्र किंवा गरम पाण्याचा फवारा (शॉवर) नव्हता.

त्यामुळे आम्हाला रोज पोहायला जावे लागे. बाहेर हवा खूप थंड असली किंवा पाऊस आला तरी त्यातून सुटका नसे. डॅडी स्वत: हातात साबणाचा बार घेऊन पुढे होत. त्यांच्या मागून आम्हा सर्वांना जावे लागे. किनाऱ्यावर पोचल्यावर ते धावत जाऊन समुद्रात शिरत. प्रथम थोडा वेळ पाण्याखाली पोहत. मग हळूच त्यांचे डोके वर येई.

"या रे, आत या. एकदा आत शिरलात की मग पाहा किती मजा वाटते.'' अंगाला साबणाचा फेस लावत डॅडी बोलावत.

मग मम्मी आणि तान्हे भावंड सोडून आम्ही सर्वजण पोहायला जात असू. मम्मीला खारे गार पाणी आणि पोहण्याचा पोशाख मुळीच आवडत नसे. ती लांब बाह्यांचा कपडा व गुडघ्याच्या वरपर्यंत पायमोजे घाली आणि एवढे करूनही आपला पोशाख शालीन नाही असे तिला वाटे. आणि डॅडी म्हणायचे, ''स्नानासाठी पाण्यात उतरताना तुमची मम्मी कपडे उतरवण्याऐवजी जास्तच कपडे चढवते—''

मम्मीचे स्नान म्हणजे प्रथम कोपराने पाणी किती गार आहे ते पाहायचे, थोडे गुडघ्यावर उडवायचे. मग हात पाण्यावर आपटून खांद्यावर पाणी उडवायचे आणि शेवटी नाक मुठीत पकडून पाण्यात बसायचे. (खरे म्हणजे नाक पकडण्याची गरज नसायची कारण तिचे नाक कधीच पाण्याखाली जात नसे.) एवढे केल्यानंतर ती चटकन उठून घराकडे पळायची. घरी गेल्यावर स्पंजने अंगावरचा खारटपणा पुसून काढल्यावर तिला बरे वाटायचे.

आमचे डॅडी हाडाचे शिक्षक होते. कोणतीही गोष्ट उत्तम रीतीने शिकवायचे. आमच्यापैकी काही मुले तर तिसऱ्याच वर्षी त्यांच्याकडे पोहायला शिकली. पण सर्वसाधारणपणे आमच्या घरच्या प्रत्येकाला पाचव्या वर्षी पोहायला येत होते. आम्हाला सर्वांना पोहायला शिकवण्याच्या बाबतीत डॅडी यशस्वी झाले होते, पण मम्मीच्या पुढे त्यांनी हार खाल्ली होती.

प्रत्येक सुट्टीत ते घोषणा करत, ''यंदा काही झालं तरी मी तुला पोहायला शिकवणारच. अगं, पोहायला न येणं किती धोक्याचं असतं तुला कळत नाही का? तू बोटीनं जात असताना बोट बुडाली तर तुझं काय होईल? ही बारा मुलं माझ्यावर टाकून तू बुडून जाणार? निदान माझा विचार तरी कर.''

''बरं! शिकेन मी या खेपेस—'' मम्मी हळूच म्हणे, पण ती शिकू शकणार नाही हे सहज ओळखता येई.

आम्ही सर्वजण समुद्रकिनाऱ्यावर गेलो की, डॅडी तिचा हात धरून तिला पाण्याकडे नेत. मम्मी मोठ्या धीटपणे काही पावले टाकी. पण पाणी गुडघ्यापर्यंत येऊ लागले की, मग पुढे जात नसे. तेव्हा आम्ही सर्व मुले तिच्याभोवती रिंगण धरून तिला उत्तेजन द्यायचो.

''छान! छान! अशीच पुढे चल. काही होणार नाही. आम्ही बघ कसे खोल पाण्यात शिरतो—''

मम्मी मधेच ओरडे, ''माझ्या अंगावर पाणी नका उडवू. मला भिजायला आवडत नाही.''

''आणखी थोडी पुढं खोल पाण्यात चल—'' डॅडी सांगत.

"हे आहे की पुरेसं खोल."

"हे पाहा, एवढ्या उथळ पाण्यात तुला पोहायला शिकवणं शक्य नाही." डॅडी वैतागून म्हणत- "घाबरू नको. चल पुढं."

डॅडी, मम्मीचा हात धरून कंबरेएवढ्या पाण्यापर्यंत तिला ओढत नेत आणि सांगत, "एखादा मृत माणूससुद्धा तरंगतो; मग तुला नाही का तरंगता येणार? तर आता प्रथम मृतासारखं वर तरंगायचं—"

"शी! मृतासारखं काय म्हणता? तो शब्दच ओंगळ, अभद्र वाटतो—"

"आमच्याकडं पाहा ना, मम्मी! आम्ही कसं तरंगतो ते—"

"तुम्ही बाबा लोक दूर व्हा पाहू! लीली, अगं ही मुलं करतात तेवढंही तुला प्रौढ बाईला करता येणार नाही का? मानवी शरीर हवेनं भरलं म्हणजे पाण्यापेक्षा हलकं असतं. त्यामुळे ते तरंगतं. तू तरंगणारच आहेस काही झालं तरी. चल ये पाहू—"

"पण मी तरंगत नाही. चटकन बुडून जाते आणि हे तुम्हाला माहीत आहे."

"ते झालं गेल्या वर्षीचं, आता प्रयत्न तर करून पाहा. मी तुला बुडू देईनच कसा?"

"पण मला नाही शिकायचं पोहायला—"

"म्हणजे आपल्या मुलांसमोर तुला स्वतःचा कमकुवतपणा दाखवायचा आहे?"

"काही हरकत नाही, मुलांना मी भित्री आहे हे समजलं तरी. तुम्ही मला पाण्यात नेल्यावाचून सोडणारच नाही म्हणून मी येते. पण मला बुडू देऊ नका."

"काही काळजी करू नको. चल."

एवढं झाल्यावर मम्मीने दीर्घ श्वास घेतला व शरीर पाण्यावर झोकून दिले. एखादा मोठा दगड पाण्यात धपकन बुडावा तशी ती सरळ आत बुडाली, डॅडी थोडावेळ थांबले. त्यांच्या मते भौतिकशास्त्राच्या नियमाप्रमाणे मम्मी काही क्षणांतच वर यायला हवी होती. तशी ती आली नाही तेव्हा डॅडींनी तिला वर ओढून काढले. मम्मीच्या नाकातोंडात पाणी शिरले होते व ती खूप रागावली होती.

"पाहिलंत काय झालं ते?" तिने रागाने विचारले.

डॅडी पण रागावले होते. "तू मुद्दाम करतेस" ते म्हणाले.

"फार छान. त्या खोल खाऱ्या पाण्यात बुडणं काय सुखाचं होतं? मला तर पाताळातच गेल्यासारखं वाटलं—"

"खोल पाणी कुठलं आलंय? चार फूटसुद्धा खाली गेली नव्हतीस. पाताळाच्या पहिल्या पायरीवरसुद्धा पोहोचली नव्हतीस."

"नसेल पोहोचले! पण मला पाताळातच पोहोचल्यासारखं वाटलं. आता यापुढं काही झालं तरी मी पोहायला शिकणार नाही. आणि मला वाटतं, एवढ्या

अनुभवावरून तुम्हाला पटायला हरकत नाही की, तुमचं आर्किमिडीजचं तत्त्व इथं लागू पडत नाही. निदान माझ्याबाबतीत तरी मुळीच नाही—''

एवढे बोलून मम्मी किनाऱ्याकडे परतली.

''बरोबर आहे तिचं. आर्किमिडीजचं तत्त्व इथं लागू पडत नाही.''

आम्ही नान्चुकीला सुट्टी घालवायला आलो तेव्हा, नेहमीप्रमाणे अभ्यास करणार नाही, फ्रेंच, जर्मन भाषेच्या तबकड्या वाजवणार नाही, शालेय अभ्यासक्रमाची पुस्तके वाचणार नाही असे डॅडींना बजावले होते. त्यांनी ते कबूलही केले होते. डॅडींनी ते आपले वचन पाळले होते. तसे ते रीतसर काही शिकवत नव्हते पण अप्रत्यक्षपणे पाठ देणे चालूच होते.

''अभ्यासाचा कसलाही लकडा तुमच्यामागं न लावता मी तुम्हाला 'मॉर्स कोड' शिकवणार आहे—'' एके दिवशी जेवत असताना ते म्हणाले.

''शाळा सुरू होईपर्यंत आम्ही काही एक शिकणार नाही.'' आम्ही तत्परतेने सांगून टाकले.

''यात अभ्यासाचा काही एक संबंध नाही. शिवाय जो कोणी हे प्रथम शिकेल त्याला खूप मोठं बक्षीस देणार आहे मी—'' डॅडी.

जेवणानंतर एक छोटा ब्रश आणि रंगाचा डबा घेऊन डॅडी स्नानगृहात गेले. तेथे भिंतीवर त्यांनी सांकेतिक लिपीत मुळाक्षरे व व्यंजने लिहून ठेवली. त्यानंतर तीन दिवस डॅडी त्या घरातल्या भिंतीवर सांकेतिक लिपी लिहीत होते. आमच्या झोपण्याच्या खोलीत भिंतीवर, आढ्यावर सांकेतिक लिपी व त्याच्याशी संबंधित अक्षरे पण लिहून ठेवली होती.

आम्ही बिछान्याला पाठ टेकली की आढ्यावरची अक्षरे आपोआपच डोळ्यांसमोर येत आणि आम्ही ती वाचू लागत असू.

एवढे झाल्यानंतर ते सांकेतिक लिपीत गुप्त संदेश जेवणघरात लिहून ठेवू लागले.

''डॅडी, तुम्ही हे काय लिहून ठेवलंय?'' आम्ही कुतूहलाने विचारले की ते म्हणत, ''खूप गमतीजमती लिहिल्याहेत.''

मग आम्ही झोपण्याच्या खोलीत जाऊन आढ्यावर लिहिलेली अक्षरे व सांकेतिक चिन्हे एका कागदावर लिहून आणली व त्याच्या साहाय्याने डॅडींनी काय संदेश लिहिला होता तो वाचला. त्यांनी खरोखरच खूप गंमती व विनोदी चुटके लिहून ठेवले होते.

त्यानंतर मॉर्सच्या सांकेतिक लिपीत लिहिलेला संदेश डॅडी रोज जेवणाच्या टेबलावर ठेवत. त्याचे भाषांतर असे असायचे- ''प्रथम जो कोणी या गुप्त संदेशाचं भाषांतर करील त्यानं माझ्या खोलीत खुंटाळ्याला अडकवलेल्या लिननच्या पायजम्याच्या

डाव्या खिशात काय सापडेल ते घ्यावं.'' किंवा ''त्वरा करा, त्वरा करा. शिवणाच्या मशिनच्या उजव्या ड्रॉवरमध्ये काय आहे पाहा.''

पायजम्याच्या खिशात आणि मशिनच्या ड्रॉवरमध्ये चॉकलेट किंवा असाच काही खाऊ असे.

कधीकधी डॅडी फारच मजेचे संदेश देत- ''या संदेशाचं भाषांतर करणाऱ्याला काही बक्षीस नाही. परंतु वाचणाऱ्यानं हे वाचून धावत सुटावं. मग तुम्हाला पळताना पाहणारा तुमच्यामागं धावत सुटेल आणि मग त्याला कळेल की आपल्याला 'मामा' बनवलं आहे—''

डॅडींनी मनाशी योजल्याप्रमाणे एक-दोन आठवड्यांत आम्हाला मॉर्सची सांकेतिक लिपी छान समजायला लागली. इतकी छान की जेवताना काटा किंवा चमचा बशीवर वाजवून आम्ही एकमेकांना संदेश देऊ लागलो. पण व्हायचे काय की आम्ही सगळेच संदेश द्यायचो. संदेश घ्यायला, ऐकायला कुणीच नसायचे. त्यामुळे काट्याचमच्यांचा एवढा जोराचा आवाज जेवणाच्या टेबलावर चाले की विचारू नका.

आम्हाला मॉर्सची सांकेतिक लिपी शिकवण्याच्या बाबतीत भिंतीवर लिहिण्याचा उपयोग झाला हे डॅडींच्या लक्षात आले तेव्हा त्याचाच उपयोग डॅडींनी आम्हाला खगोलशास्त्र शिकवताना केला. काहीही शिकवण्यापूर्वी डॅडी आमचे कुतूहल जागृत करत. त्यानुसार डॅडींनी एक दुर्बीण आणली. ती तिकाटण्यावर बसवली. एका निरभ्र रात्री हे तिकाटणे अंगणात ठेवून डॅडी आकाशातले तारे पाहत राहिले. हे करत असताना त्यांनी आमच्याकडे संपूर्ण दुर्लक्ष केले.

मग आम्ही त्यांच्याभोवती कोंडाळे करून, त्यांचा शर्ट खेचून ''आम्हाला पाहू द्या, आम्हाला पाहू द्या'' अशी विनवणी केली.

आपले नाक दुर्बिणीला टेकवून त्यातून वर पाहत डॅडी म्हणाले, ''शू! मला त्रास नका देऊ. अरे बाप रे! हे दोन तारे आता आपटणार एकमेकांवर. नाही, नाही आपटणार! पण किती जवळ आलेत एकमेकांच्या! आणि इकडं ही व्याधाची चांदणी काय करते आहे?''

''आम्हाला द्या ना पाहायला—'' आम्ही त्यांच्या पाठीस लागलो.

अखेर जणू नाखुशीने देत असल्याचा आव आणून डॅडींनी आम्हाला दुर्बिणीतून पाहायला दिले. त्यातून आम्हाला शनी, शुक्र, चंद्रावरचे खळगे स्पष्ट दिसायला लागले. शुक्र तारा डॅडींचा विशेष आवडता होता.

आमचे कुतूहल व जिज्ञासा पुरी जागृत झाल्याचे लक्षात आल्यावर डॅडींनी परत भिंतींवर तारे, ग्रह काढायला सुरुवात केली. एका भिंतीवर त्यांची सूर्यापासूनची अंतरे लिहिली. मंगळ जवळ काढला. नेपच्यून इतका लांब की जेवणघरात सूर्य,

तर स्वयंपाकघरातल्या भिंतीवर नेपच्यून.

हॉर्वर्ड विद्यापीठाच्या डॉ. हॉर्लो शेर्वकडून ग्रह, तारे, नक्षत्र, सूर्यग्रहणे यांची जवळजवळ शंभर छायाचित्रे आणून ती भिंतीवर चिकटवली. तसेच मीटर आणि फूट, किलोग्रॅम आणि पौंड, लीटर आणि क्वार्टर्स यांच्यामधील अंतर दाखवणाऱ्या आकृती डॅडींनी भिंतीवर काढल्या होत्या.

त्यांनी माणसाच्या हालचालीचे व क्रियांचे एक कोष्टक मनाशी बसवले होते. त्यांच्या मते आळशी माणूस कमीत कमी हालचाल करून आपले काम करतो. म्हणूनच डॅडी जेव्हा कारखान्यात सल्ला देण्यासाठी जात तेव्हा व्यवस्थापकाला म्हणत, "तुमच्या कारखान्यातल्या सर्वांत आळशी कामगाराच्या हालचालीचे मला फोटो घेऊ द्या."

या सर्व गोष्टींमुळे आमचे घर म्हणजे नान्चुकीत येणाऱ्या प्रवाशांचे एक प्रेक्षणीय ठिकाण बनत चालले होते. काही माणसे घरापर्यंत येऊन आमचे घर पाहण्याची इच्छा प्रदर्शित करत. घर नीट आवरलेले व व्यवस्थित असेल तेव्हा आम्ही ते दाखवतही असू.

आमच्या बाहेरच्या खोलीत पाहुण्यांसाठी एक वही ठेवलेली असे. अलीकडे आम्हाला त्यात बरीच अनोळखी नावे लिहिलेली दिसू लागली.

"हे लोकसुद्धा तुझे स्नेही आहेत का?" डॅडींनी मम्मीला विचारले.

"छे! ही नावं मी ऐकली पण नव्हती. कदाचित आपल्या मुलांच्या मित्रांची असतील—" मम्मीने सांगितले.

त्या दोघांनी आम्हाला विचारले. आम्हीही त्या नावाच्या मालकांना ओळखत नव्हतो. शेवटी टॉम ग्रीव्हजने कबूल केले. आम्ही पोहायला समुद्रावर जात असू त्यावेळी कोणी आले तर टॉम त्यांना आमचे घर हिंडून दाखवत असे. मॉर्सची सांकेतिक लिपी लिहिलेली आमची स्नानगृहे, भिंतीवरची व आढ्यावरची अक्षरे, जेवणघरातली ग्रहताऱ्यांची चित्रे, कोष्टके, डॅडी-मम्मींचे शयनगृह-सर्व काही दाखवत असे. घरभर फिरून, सर्व पाहून परत जाताना प्रवाशांना बाहेरच्या खोलीत पाहुण्यासाठी ठेवलेली वही दिसे. त्यांना वाटे, ती नोंदवही मुद्दाम आपल्यासाठी ठेवली आहे. मग साहजिकच ते आपली नावे त्यात लिहून ठेवत. पुष्कळ वेळा टॉमला त्यांच्याकडून बक्षीसही मिळे.

हे समजल्यावर मम्मी फार चिडली. अगदी अपरिचित लोकांनी आपल्या घरात, अगदी शयनगृहातसुद्धा यावे याचा तिला राग आला. पुष्कळ वेळा घरात पसारा पण असायचा.

हे सर्व कळूनही डॅडी मात्र शांत होते. त्यांना पटले होते की ज्या पद्धतीने आपण मुलांना अनेक गोष्टी सोप्या करून शिकवतो ते पाहायला लोक येतात. ते

म्हणाले, ''आपण आपल्या मुलांना शिकवण्याच्या ज्या नव्यानव्या कल्पना लढवतो त्या स्वार्थीपणानं आपल्यापाशीच का दडवून ठेवायच्यात? उलट, मला वाटतं, मुद्दाम लोकांना बोलावून त्या दाखवाव्या, शिकवाव्या.''

''या टॉमनं लोकांना आपलं घर दाखवून किती बक्षिशी मिळवलीय कोण जाणे!'' आपल्या खुर्चीवर मान मागे टेकवत डॅडी म्हणाले. ही खुर्ची आम्ही हे घर घेतले तेव्हा कुठेतरी अडगळीत मोडलेल्या स्वरूपात पडलेली होती. डॅडींनी ती दुरुस्त केली. पॉलिश केली आणि मग ती खुर्ची म्हणजे त्यांनी स्वतःचे सिंहासन बनवून टाकले होते. डॅडींना त्यात आरामशीर बसता येईल इतकी ती प्रशस्त, मोठी होती.

''आता यापुढं टॉमनं कुणाकडून बक्षिशी घेतली की त्यात आपण थोडी वाटणी...''

डॅडींचे बोलणे अर्धवट तोडत मम्मी रागावून म्हणाली, ''यापुढं कुण्णालाही आपलं घर दाखवलं जाणार नाही.''

''तुला चेष्टासुद्धा समजत नाही का, लीली? आपलं घर दाखवून टॉमनं पैसे घ्यायचे आणि मी त्यात वाटणी मागायची? तुझी विनोदबुद्धी खलास झाली का?''

डॅडी मोठमोठ्याने हसत म्हणाले. इतक्या मोठ्याने ते हसले की, आढ्यावरच्या रंगाचे पापुद्रे त्यांच्या डोक्यावर पडले. तसे ते आणखीनच मोठ्याने हसायला लागले. आम्हीही सगळे हसायला लागलो. मम्मी जरा वेळ रागीट रुसका चेहरा करून बसली होती. पण मग तिला राहावेना. तीही आमच्या हसण्यात सामील झाली.

तुम्ही अगदी नवे मॉडेल पाहिले आहे काय?

त्या वर्षी गिलब्रेथ कुटुंबात नवीन मूल जन्माला आले नव्हते. थोडक्यात म्हणजे ते भाकड वर्ष होते. मम्मी आणि डॅडी दोघांनाही मोठ्या कुटुंबाची हौस होती. डॅडींनी एक डझन मुलांना जन्म देण्याचा संकल्प सोडला होता आणि मम्मीची त्याला संमती होती.

आपल्याला डझनभर मुलं हवीत हे त्यांनी लग्नाच्या दिवशीच मम्मीला सांगून ठेवले होते. लग्नानंतर मधुचंद्राला जाण्यासाठी ते ऑक्लंड येथे आगगाडीत चढले. आपण नववधू आहोत हे इतरांना न कळू देण्याची मम्मीची खटपट होती आणि ती साधलीही असती. पण जागेवर बसण्यापूर्वी मम्मीने हॅट काढताच डॅडी मोठ्याने म्हणाले, ''अरेच्या! तुझे केस तांबूस आहेत हे सांगितलं का नाहीस तू मला?''

त्याबरोबर सर्व प्रवाशांनी माना वळवून तिच्याकडे पाहिले. मम्मी चटकन जागेवर बसली व एक मासिक उघडून त्यात तिने आपला चेहरा लपवला. डॅडीही

तिच्या शेजारी जाऊन बसले. गाडी सुरू झाली. आता आपले बोलणे इतरांच्या कानावर ऐकू जाणार नाही हे पाहून डॅडी म्हणाले, ''मी असं मोठ्यांदा बोलायला नको होतं. पण खरं सांगू, तुझ्याकडं लोकांनी पाहावं, तू किती सुंदर आहेस हे त्यांना दिसावं व मी तुझा पती आहे हे लोकांच्या ध्यानात यावं म्हणून मुद्दाम मी ते बोललो. तू माझी पत्नी आहेस याचा फार अभिमान वाटतो मला. तू रागावली तर नाहीस ना माझ्यावर?''

''नाही. तुम्हाला माझा अभिमान वाटतो यातच मला आनंद आहे.''

''बरं का लीली! आपण अगदी छान, आदर्श संसार करायचा. आपल्याला खूप मोठं कुटुंब हवं बुवा! तळघरापासून वरच्या माळ्यापर्यंत जिकडेतिकडे मुलंच मुलं दिसली पाहिजेत. आपण रविवारी फिरायला जात जाऊ तेव्हा, बासरीवाला व मुलं या कवितेच्या दृश्याची लोकांना आठवण झाली पाहिजे.''

''आपल्याला साधारणपणे किती मुलं हवीत?'' मम्मीने विचारले.

''खूप. अगदी खूप-'' डॅडी.

''म्हणजे नेमकी किती?'' मम्मी.

''मला वाटतं, निदान बारा हवीतच. तुला काय वाटतं?''

''हो. कमीतकमी बारा हवीतच.'' मम्मीने दुजोरा दिला व विचारले, ''मुलगे की मुली?''

''मुलगे. बारा मुलगे आणि सहा मुली आवडतील. तुमची हरकत नाही ना?''

''छे! छे! हरकत कसली? तुला तसं आवडत असेल तर सहा मुलगे आणि सहा मुली— तशी आपण योजनाच करू. थांब हं जरा. माझ्या स्मरणवहीत नोंदच करून ठेवतो.'' मग डॅडींनी आपली वही उघडून त्यात नोंद केली.

'सहा मुलगे व सहा मुली यांना जन्म द्यायला विसरू नका.'

मम्मी-डॅडींना सतरा वर्षांत बारा मुले झाली. सहा मुलगे आणि सहा मुली. एखादे जुळे किंवा तिळे झाले नाही म्हणून डॅडींची निराशा झाली. झटपट काम उरकण्याच्या त्यांच्या आवडीप्रमाणे एकदम बारा झाली असती तर केवढा वेळ वाचला असता.

मम्मी पहिल्या खेपेस गरोदर असताना तिला डॅडींनी सांगितले होते की, त्यांना बहुधा सर्व मुलीच होणार. त्यांना खरेच असे वाटत होते की, आपल्याला मुलगा होणारच नाही. आपण गिलब्रेथ कुटुंबातला शेवटचा पुरुष ठरणार.

प्रथम ॲन जन्माला आली तेव्हा डॅडींना मुळीच आश्चर्य किंवा निराशा वाटली नाही. आपल्याला मुलगी होणार हे धरूनच चालले होते ते. उलट, मुलगा झाला असता तरच नवल वाटले असते.

लहान मुलांबद्दल डॅडींच्या काही खास कल्पना होत्या. ॲनच्या जन्मानंतर त्या

कल्पना कृतीत उतरविण्यासाठी ते फार उत्सुक होते. माकडांची पिले जन्मल्याबरोबर स्वत:च्या सुरक्षिततेबद्दल जागरूक असतात तशीच मानवाची मुले पण असतील. पण आपण मुळी त्यांना पाळण्यात बंदिस्त करून ठेवतो पहिल्यापासून, म्हणून पुढे त्यांची जगण्याकरता धडपड करण्याची भावना नष्ट होते. मुले जन्मल्या क्षणापासून शिकायला सुरुवात करतात म्हणून आपण त्यांना लांब नर्सरीत ठेवता कामा नये. आपण मुलांशी बोबडे बोलतो म्हणून तीही बोबडे बोलायला लागतात, अशी डॅडींची मते होती. त्यामुळे डॅडी ॲनशी कुणाला बोबडे बोलू देत नसत.

तसेच मुलांना आपण सुरक्षित आहोत, या कुटुंबातील लोकांना हवेसे आहोत असे वाटण्यासाठी मूल आईबापापाशीच असले पाहिजे असे त्यांना वाटे. म्हणून ॲनचा पलंग त्यांनी स्वत:च्या शयनगृहातच ठेवला होता. एखाद्या प्रौढ माणसाशी बोलावे तसे ते तिच्याशी, त्यांचे नवे घर, काँक्रिट, बांधकाम किंवा ॲनला पुढे होणार असलेल्या भावंडांबद्दल बोलत.

ॲनसाठी ठेवलेल्या जर्मन आयाला हे आवडत नसे. ''एवढ्याशा पोरीला तुमच्या धंद्यातलं किंवा तुम्ही बोलता त्यातलं काय कळणार आहे?'' ती विचारी.

''तिला कळतं की नाही हे तुम्हाला काय ठाऊक? आणि तुम्ही तिच्यासमोर जर्मन भाषेतच बोललं पाहिजे. तिला जर्मन आणि इंग्रजी अशा दोन्ही भाषा बोलता आल्या पाहिजेत.'' डॅडी बजावत.

''आता या दोन आठवड्यांच्या मुलीला काय कळणार जर्मन भाषा!'' कपाळाला हात लावत आया म्हणे.

''त्याच्याशी तुम्हाला काय करायचं आहे? तुम्ही जर्मन आहात म्हणूनच मी तुम्हाला नेमलं आहे. तुम्ही तिच्यापुढं जर्मन भाषेतच बोललं पाहिजे.'' ॲनला उचलून घेत डॅडी बोलले.

डॅडींनी ॲनला खांद्यावर घेऊन म्हटले, ''बेबी, तू आता स्वत: माकडाचं पिलू आहेस असं समज आणि ते जंगलातल्या झाडावर कसं लटकतं स्वत:चा जीव राखण्यासाठी तसं माझ्या खांद्याला धरून लटक पाहू—''

''अहो! अहो! ती कशी पकडू शकेल तुमच्या खांद्याला? जेमतेम पंधरा दिवसांची पोर. सांभाळा. पडेल.'' आया घाबरून म्हणाली.

''सांभाळतोय, सांभाळतोय.'' डॅडी त्रासिकपणे बोलले, ''ती माझा खांदा पकडून राहू शकत नाही याचं मुख्य कारण म्हणजे तुम्ही आणि तिची आई दिवसभर तिला कुशीत घेऊन बसता. त्यामुळे तिचं मूळचं ज्ञान आणि जाणीव नष्ट होऊन जाते. चल ॲन, दाखव यांना तू माझा खांदा पकडून राहू शकतेस ते—''

ॲनला काही डॅडींचा खांदा पकडून राहता आले नाही. उलट, ती डॅडींच्या खांद्यावर ओकली.

“आता हे काय वागणं झालं, बेबी?” डॅडी तिला म्हणाले, “कमालच केलीस. पण मला माहीत आहे की उलटी केलीस. हा काही तुझा अपराध नाही. तुला या दोघी सारा दिवस असं दुपट्ट्यात गुंडाळून ठेवतात. त्यामुळे तुझ्या पोटात ढवळून येत असेल.”

“तिला जरा इकडं द्या पाहू. खूप झाला व्यायाम—” मम्मी म्हणाली.

ॲन तीन आठवड्यांची झाली तेव्हा डॅडींनी मम्मीसमोर एक प्रस्ताव मांडला. दोन-तीन महिन्यांचे मूल पाण्यात सोडले तर ते पोहून स्वत:चा बचाव करू शकते का हे त्यांना पाहायचे होते.

माकडाची पिलं पाण्यात टाकली की आपोआप पोहायला लागतात. माकडिणी आपल्या पिलांना अशाच तऱ्हेने पोहायला शिकवतात. ॲन तशी पोहते का हे मी स्नानगृहातल्या टबात तिला ठेवून पाहतो. मी तिला कसलाही अपाय होऊ देणार नाही.”

“काय म्हणता, काय मि. गिलब्रेथ?” आया घाबरून म्हणाली, “बाई, तुम्ही देऊ नका बेबी त्यांना बुडवायला—”

“तुम्ही मधे मधे बोलू नका. गप्प बसा—” डॅडी ओरडले.

मग डॅडींनी ॲनला स्नानपात्रात सोडले. तिला स्नानपात्र आवडले असावे. पण तिने पोहण्याचा मुळीच प्रयत्न केला नाही. शेवटी डॅडींना आपली हार झाली असे कबूल करावे लागले. तरीपण मम्मी तिथून दूर गेल्यावर ते आयाला म्हणाले, “ॲनच्या जागी मुलगा असता तर पोहला असता.”

ॲनचा पाळणा एका टेबलावर पलंगाजवळच ठेवला होता. काँक्रिट जास्त मजबूत कसे करता येईल या विषयावर डॅडी पुस्तक लिहीत होते. त्याची प्रुफे, ‘लोहयुग’ मासिकाचे अंक, डॅडींनी काढलेली टाचणे- अशी अनेक कागदपत्रे त्या टेबलावर असत. मम्मी फावल्या वेळात ही प्रुफे वाचत असे. ॲन पाळण्यात असे. एकदा मम्मीला रात्री मधेच जाग आली. पाहते तो डॅडी ॲनच्या पाळण्यावर ओणवून तिच्याशी बोबडे बोलत होते. गालातल्या गालात हसत मम्मीने विचारले, “काय बोलताहात?”

डॅडी एकदम लाजले व म्हणाले, “काही नाही. या बेताल, बेशिस्त पोरीला सांगत होतो की, तिच्यापेक्षा एखादी माकडाची टोळी बरी—”

मेरी आणि अर्नेस्टाइन न्यूयॉर्कला रिव्हरसाइड ड्राइव्हवरच्या घरात जन्मल्या. त्यानंतर डॅडी न्यू जर्सीला आले. तिथे मार्थाचा जन्म झाला.

ओळीने चार मुली झाल्या तेव्हा डॅडी निराश झाले. आपल्यानंतर गिलब्रेथ घराणे नामशेष होणार असे त्यांना वाटले. मग आपल्याला बाराच्या बाराही मुली झाल्या तर आवडेल असे ते म्हणू लागले.

आमच्या घरी पाहुणे येत तेव्हा ते ॲन, मेरी, अर्नेस्टाइन यांच्याशी ओळख करून देत. मग पाळण्यातून मार्थाला उचलून पाहुण्यांसमोर धरून म्हणत, "हे आमचं सर्वांत नवीन मॉडेल. या मॉडेलात आम्ही सर्व तऱ्हेच्या सुधारणा केल्या आहेत आणि थांबा हे मॉडेल शेवटचं नाही. आमचं १९११ चं मॉडेल पुढच्या महिन्यात तयार होईल—"

मम्मीच्या कडे पाहिल्यावर ती गरोदर आहे हे आवर्जून सांगण्याची काही गरज नसे. तरीसुद्धा डॅडी सांगत. त्यात मम्मीने लाजण्यासारखे काय आहे हेच त्यांना समजत नसे. त्यांना वाटे, मम्मीला त्यात अभिमान वाटला पाहिजे.

"अभिमान मला वाटतो. पण घराच्या छपरावर उभं राहून ते जगाला जाहीर करावं, बाळ जन्मायच्या आधीच, हे मला पटत नाही. हवं तर मला जुन्या वळणाची बाई म्हणा पण मला हे आवडत नाही खरं!"

मम्मीने असे सांगितले तरी डॅडी आपल्या झालेल्या व पुढे होणाऱ्या मुलांविषयी बोलत राहणारच हे ती ओळखून होती.

आपल्या पाचव्या मुलीचे नाव 'लिलियन' ठेवायचे डॅडींनी ठरवले होते आणि मम्मीला ते नाव मुळीच आवडत नव्हते. आपल्या पहिल्या चारांतल्या एकाही मुलीचे तिने ते ठेवू दिले नव्हते.

"या खेपेस मी तुझं मुळीच ऐकणार नाही हं! शिवाय, आपल्याला नावांचा तुटवडाही पडायला लागला आहे. तेव्हा या मुलीचं नाव लिलियनच ठेवायचं." डॅडींनी ठासून सांगितले.

"आणि समजा, मुलगा झाला तर?"

"छट्! इथं हवा आहे कुणाला मुलगा?" डॅडी बोलले.

"पण आज ना उद्या, कधीतरी आपल्याला मुलगा होणारच. माझ्या माहेरचंच उदाहरण घ्या. माझ्या आजीला सहा मुलींच्या पाठीवर मुलगा झाला—" मम्मी म्हणाली.

त्या खेपेला आईच्या खोलीतून बाहेर येत डॉ. हेजिसनी सांगितले, "बाळ-बाळंतीण खुशाल आहेत." लगेच डॅडी म्हणाले, "आता या मुलीचं नाव लिलियन ठेवायचं—"

"छान! चांगलं आहे नाव" डॉ. हेजिस म्हणाले. "फक्त वर्गातली मुलं त्याला मुलगी म्हणून चिडवतील तेवढंच वाईट आहे—"

"अरे? म्हणजे मुलगा झाला? डॉक्टर, हा विचारच माझ्या डोक्यात आला नाही—" डॉक्टरांचे खांदे घुसळत डॅडी बोलले.

"तुमची निराशा करणं जिवावर येत आहे माझ्या, मि. गिलब्रेथ! तुम्हाला पाचवीही मुलगीच हवी होती हे मला माहीत होतं परंतु..."

डॉक्टरांना बाजूला सारून डॅडी मम्मीच्या खोलीत घुसले. आतापर्यंत वापरून वापरून खिळखिळ्या झालेल्या पाळण्यात त्यांचे पहिले सुपुत्र शांतपणे झोपले होते.

"अगदी गिलब्रेथ वळणावर गेला आहे." डॅडी पाळण्यात डोकावून पाहत म्हणाले.

"आवडला?" मम्मीने विचारले.

"अर्थातच! हा काय प्रश्न झाला? तुला खरं सांगू, लीली? मला अगदी पहिल्यापासून मुलाची आवड होती. वाटायचं की गिलब्रेथ घराणं नामशेष होणार. पण असं काही म्हटलं असतं तर तू नर्व्हस झाली असतीस. म्हणून खोटंच मुलगी हवी म्हणत होतो."

"शाबास! चांगलंच फसवलंत म्हणायचं सर्वांना. मुलगा झाला तर तुम्हाला बिलकूल आवडणार नाही असं भासवत होतात. बरं नाव काय ठेवायचं याचं?"

पण डॅडींचे या प्रश्नाकडे लक्षच नव्हते. ते पाळण्यात डोकावून बाळाशी बोबडे बोलत होते. त्यांनी उत्तर दिले नाही तरी ते नाव काय ठेवणार त्याचा मम्मीला अंदाज आलाच होता.

डॅडी बोलत होते, "मि. फ्रँक बंकर गिलब्रेथ ज्युनिअर, आता मला जरा बाहेर जायला हवं. तुमच्या आगमनाची बातमी टेलिफोन करून, काही ठिकाणी तारा पाठवून कळवली पाहिजे. दुसरी महत्त्वाची गोष्ट म्हणजे मुलाला लागणारी काही खेळणी आणली पाहिजेत. आतापर्यंत घरात बाहुल्या आणि चूलबोळकीच असत. आता मी जरा बाहेर जाऊन येईपर्यंत शहाण्यासारखं वागायचं आणि आपल्या आईची काळजी घ्यायची. आता यापुढं आईची जबाबदारी तुमच्यावर हं!"

मम्मी त्यांना काही सांगत होती ते नीट ऐकूनही न घेता ते जिन्याकडे वळले.

"ॲन, मेरी, मार्था, अर्न लवकर इकडं या. तुम्हाला भाऊ झाला, भाऊ! फ्रँक बंकर नाव ठेवायचं त्याचं. छान आहे की नाही नाव?" त्यांचे खुशीत येऊन मोठमोठ्याने बोलणे मम्मीला वरपर्यंत ऐकू येत होते.

"थांबा. गडबड करू नका आता. मला फोन आणि ट्रंककॉल करू द्या."

एक मुलगा झाल्याबरोबर डॅडींना वाटले, आता आपल्याला सगळे मुलगेच होणार. मम्मीकडे पाहत ते म्हणायचे, "या चारी मुली सांभाळू आपण. आपल्याला लाद्या पुसायला, भांडी घासायला, मुलांचे मोजे रफू करायला उपयोगी पडतील. पण मला वाटतं, चार मुली बस्स झाल्या. आता आणखी नकोत—"

डॅडी असे काही बोलले की, ॲन, अर्न, मेरी वगैरे मंडळी त्यांच्या अंगावर धावून जात व त्यांना खालच्या गालिच्यावर लोळवत. मार्था त्यांच्या पोटावर बसे. इतर तिघी त्यांना गुदगुल्या करत. ते मोठमोठ्याने हसायला लागले की, त्यांच्या पोटावर बसलेली मार्था वरखाली उडायची.

१९१२ मध्ये फ्रँकच्या पाठचा विल्यम (बिल) जन्मला तेव्हा आमचे कुटुंब प्रॉव्हिडेन्स येथे राहायला गेले होते. विल्यम हे नाव मम्मीच्या वडिलांच्या नावावरून ठेवलेले होते. आमच्या एका मामाचे पण हेच नाव होते.

आता कुणी विचारले तर डॅडी अगदी सहजपणे सांगत, ''मुलगा! दुसरं काय होणार?''

या वेळेपर्यंत डॅडींचा उद्योगधंद्यात छान जम बसला होता. त्यांच्याकडे खूप कामे येऊ लागली होती आणि वेळ पुरेनासा झाला होता.

मम्मीची पहिली सहा बाळंतपणे घरीच झाली. कारण त्या दहा दिवसांतही मम्मी घरची सर्व व्यवस्था पाहायची. डॅडींना त्यांच्या कामात मदत करायची. बाळंतपणात मम्मीला झोपून राहावे लागे एकदोन महिने. वर्षादोन वर्षांनी बाळंतपण असेच. पडल्यापडल्या मम्मी त्यांची प्रुफे तपासून देई; मूल जन्माला येईपर्यंत ती घरची कामे करी आणि जेवणाचा बेत तिने आधीच ठरवून ठेवलेला असे. दहा दिवस ती बिछान्यात पडून असायची तेव्हा रोज ओळीने आम्ही तिथे जायचो. मम्मी मुलींचे केस विंचरून त्यांना रिबिनी बांधून देत असे व आम्ही नीट स्नान केले आहे का नाही, कपडे-बटणे व्यवस्थित आहेत का हे पाहत असे. परत रात्री आम्ही सर्वजण तिच्या खोलीत जायचो. मम्मी आम्हाला थोडा वेळ नवे बाळ घेऊ देई. नंतर फाइव्ह लिटल पॉपर्स हे पुस्तक आम्हाला वाचून दाखवी. हे पुस्तक आमच्याइतकेच तिलाही आवडत असे.

डॅडींची आई आमच्याकडे राहायला आली तेव्हा मम्मीने सातवे बाळंतपण हॉस्पिटलमध्ये करून घ्यायचे ठरविले; कारण तिला घरची काळजी उरणार नव्हती. सातव्या खेपेला मम्मी हॉस्पिटलमध्ये गेली आणि चारपाच तासांतच नर्सने फोन करून डॅडींना, मम्मीला नऊ पौंडांचा मुलगा झाल्याचे सांगितले.

आजीने डॅडींना विचारले, ''मुलगा की मुलगी?''

''अर्थात मुलगा. नऊ पौंडांचा—'' डॅडींनी ठासून सांगितले.

थोड्या वेळाने परत फोन आला आणि कळले की मुलगा मिसेस गिलब्रेथला झाला नसून मिसेस गिलबर्टला झाला.

''बरं. मग मिसेस गिलब्रेथला काय झालं?'' डॅडींनी विचारले.

''मला वाटतं त्या घरी गेल्या—'' पलीकडून नर्स बोलली.

''आँ? घरी गेल्या? एवढ्यात? पण मुलगा झाला की मुलगी?''

''आमच्या इथल्या रेकॉर्डवर कशाचाच उल्लेख नाही—''

''अहो बाई, पण मुलगा किंवा मुलगीच असणार ना? याहून दुसरं काय होणार?'' डॅडींनी चिडून विचारले.

''मला असं सांगायचं आहे की त्या बाळंत झाल्या नाहीत. फक्त तपासणी

करून घेऊन घरी परत गेल्या—'' नर्सने उत्तर दिले.

डॅडींनी वैतागाने रिसीव्हर जागी आदळला व मम्मी परतत असल्याची बातमी आजीला दिली.

अर्ध्याएक तासाने हातात सुटकेस घेऊन मम्मी चालत घरी आली. हे पाहून मात्र आजी संतापली.

''अशा स्थितीत ही जड बॅग हातात घेऊन तू चालत आलीस? आधी वर जा आणि बिछान्यावर पड. हसतेस काय? तुझ्या वयाच्या बाईला एवढीही अक्कल नाही? हॉस्पिटल सोडून निघालीसच का मुळी?'' आजी ओरडली.

''तिथं एकटीच थांबायचा कंटाळा आला. शिवाय तिथली नर्स द्वाड होती. मला लिहू देईना; हे चार-सहा तास फार कंटाळवाणे वाटले. मग ठरवून टाकलं की, हेही बाळंतपण घरीच करायचं.''

दुसऱ्या दिवशी घरातच लिलियनचा जन्म झाला. आता हळूहळू मोठ्या मुलांची चौकसबुद्धी जागृत व्हायला लागली होती. बाळ कसे येते याचा त्यांनी आपल्या बुद्धीप्रमाणे तलास लावला होता. 'बरं वाटत नाही' असे म्हणत मम्मी एखादा दिवस पडून राहते आणि मग आपल्याला भावंड मिळते.

लीली चार महिन्यांची असताना एक दिवस सर्दीपडसे झाल्याने मम्मी रात्री लवकरच झोपून गेली. दुसरे दिवशी उठल्याबरोबर आम्ही सर्वजण मम्मीच्या खोलीत घुसलो.

''बाळ दाखव, बाळ दाखव—'' आम्ही एकच गिल्ला केला.

''अरे काय चाललाय आरडाओरडा? ते काय बाळ झोपलं आहे तिथं पाळण्यात.'' डॅडी लीलीच्या पाळण्याकडे बोट दाखवत म्हणाले.

''छे! ही नव्हे. सर्वांत नवं मॉडेल पाहायचं आहे आम्हाला. दाखव ना. मुलगा आहे की मुलगी? नाव काय ठेवायचं?'' असे बोलत आम्ही पलंगाखाली, डॅडींच्या कपाटात बाळ शोधू लागलो.

तेवढ्यात आमच्या या उद्योगाकडे लक्ष गेल्यामुळे मम्मी बोलली, ''शू! डॅडींचे कपडे कपाटातून खेचून काढू नका. नवं बाळ झाल्याचं कुणी तुमच्या डोक्यात भरवून दिलं?''

''तू नेहमी बरं वाटत नाही— म्हणून तुझ्या खोलीत येऊन झोपतेस आणि मग डॅडी सांगत येतात, दुसरे दिवशी तुला बाळ झालं म्हणून. तशीच तू काल लवकर येऊन झोपलीस. तेव्हा आम्हाला वाटलं, तुला बाळ झालं असेल.'' ॲनने सांगितले.

''शाबास! जरा बरं नाहीसं झालं की मुलं होत नसतात-'' मम्मी म्हणाली.

''मग कशी होतात सांगा ना डॅडी?'' अर्नने म्हटले.

डॅडींचा चेहरा इतका पडलेला आम्ही कधी पाहिला नव्हता.

''मुलांनो, मला गावात जायला पाहिजे जरुरीच्या कामाकरता लगेच. आधीच उशीर झालेला आहे. तुमची मम्मी सांगेल तुम्हाला. लीली, तू सांग त्यांना. नि मी निघतो आता—''

भराभर जिन्याच्या पायऱ्या उतरून डॅडी खाली गेले व सरळ घराबाहेर पडले. घोटभर कॉफी घ्यायलाही थांबले नाहीत.

''मुलांनो, इथं माझ्याजवळ येऊन बसा, म्हणजे मी तुम्हाला सर्व काही सांगते. बरं झालं मला विचारलंत ते—'' मम्मी म्हणाली. पण तिच्या बावरलेल्या चेहऱ्यावरून तिला आमच्या प्रश्नाने बरे वाटले होते असे आम्हाला मुळीच भासले नाही.

''आपण आता मांजरीपासून सुरुवात करू. मांजरीची पिलं—''

''आम्हाला माहीत आहे—'' आम्ही म्हटले.

''अस्सं?'' मम्मीला आश्चर्य वाटले. तिने विचारले, ''आणखी काय माहीत आहे तुम्हाला?''

''मुलं होण्यासाठी लग्न व्हावं लागतं. मुलं होताना खूप खूप बादल्या भरून गरम पाणी करावं लागतं. डॉक्टर येतात. मग ते काहीतरी करत असावेत. कारण तू खूप मोठ्यानं ओरडतेस—''

''ठीक. आता आपण फुलं आणि मधमाश्यांविषयी माहिती करून घेऊ...''

मम्मीचे बोलणे संपले तेव्हा आम्हाला वनस्पतिशास्त्राची माहिती बरीच मिळाली होती पण मूल कसे होते हे काडीमात्र कळले नव्हते.

''मम्मी नेहमी आपल्याला किती छान समजावून सांगते. आज तिला काय झालंय कोण जाणे! डॅडीसुद्धा पाहा ना. एखाद्या गुप्त खजिन्याची जागा कळल्यासारखे धावत सुटले.'' ॲन म्हणाली.

डॅडींना वाटले, मम्मीने आम्हाला सर्व नीट समजावून सांगितले आहे. मम्मीला स्वतःलासुद्धा तसेच वाटत होते.

फ्रेडचा जन्म ऱ्होड आयलंडवरील बटनवुड्स येथे झाला. आम्ही तेथे सुट्टी घालविण्यासाठी गेलो होतो. आम्ही तिथे असताना फार मोठे वादळ झाले. गावाशी संबंध तुटला त्यामुळे डॉक्टर मिळेना. शेवटी शेजारच्या बाईंना मदतीसाठी बोलावून आणले. पण त्या स्वतःच एवढ्या घाबरल्या की, 'डॉक्टर येईतो प्रसूत होऊ नको' असे मम्मीला सारखे बजावत सुटल्या.

शेवटी मम्मीनेच त्यांना धीर दिला व म्हटले, ''घाबरू नका. शांत राहा. जरा आराम करा म्हणजे तुम्हाला बरं वाटेल—''

''प्रसूत कोण होणार आहे? लीली की तुम्ही? उगाच काय घाबरटपणा करता आहा? छान मदत होते आहे ही तुमची!'' डॅडी पाणी गरम करण्यासाठी स्वयंपाकघरात जाताजाता बोलले.

शेवटी एकदाचे डॉक्टर आले. पण त्याच वेळी फ्रेडनेही जगात पदार्पण केले होते.

डॅन आणि जॅक प्रॉव्हिडेन्समध्ये जन्मले; तर बॉब आणि जेन नान्चुकीत. बॉब जन्माला आला तो फारशी सूचना न देता. टॉमला बिछान्यातून उठून तसेच डॉक्टरला आणायला धावावे लागले. त्यामुळे साऱ्या नान्चुकीला बॉबच्या जन्माची सुवार्ता कळली.

आतापर्यंत दोन्हीकडचे आजोबा, पणजोबा- सर्वांची नावे ठेवून झाली होती. त्यामुळे नाव काय ठेवायचे ठरेना. शेवटी मम्मीने म्हटले, "रॉबर्ट ठेवू या.''

रॉबर्ट ब्राउनिंग हा कवी मम्मीचा फार आवडता होता. त्यामुळे तिने हे नाव सुचवले व सर्वानुमते तेच ठेवले.

आता आम्ही सहा मुलगे व पाच मुली होतो. पुढचे मूल काय असावे यावर आमचा वाद चाले. मुलांना आपले संख्याबळ वाढायला हवे होते. तर मुलींना सहाला सहा अशी समान संख्या हवी होती. डॅडींना अर्थातच मुलगा हवा होता. आणि त्यांना हवा म्हणून मम्मीला हवा होता. पण मनातून मात्र आपले शेवटचे अपत्य मुलगी असावी असे तिला वाटत होते.

आमचे बारावे भावंड आम्ही नान्चुकी येथे सुट्टीवर असताना १९२२ च्या जून महिन्यात व्हायचे होते. नान्चुकीच्या हॉस्पिटलमध्ये जेनचा जन्म झाला.

मम्मी दहा दिवस हॉस्पिटलमध्ये होती तेव्हा डॅडींचे काही नीट होत नसे. ते चिडत, रागावत. कुठलीच गोष्ट त्यांना जमायची नाही. मग ते एवढेतेवढे निमित्त काढून हॉस्पिटलमध्ये खेपा घालत.

अशा त्यांच्या सारख्या गैरहजेरीमुळे त्यांचे आमच्याकडे अगदी दुर्लक्ष होत आहे अशी आम्ही तक्रार केली की ते म्हणत, "अरे पोरांनो! या माझ्या नव्या मुलीशी माझी नीट ओळख नको का व्हायला?''

"हा मी आत्ता दहा मिनिटांत येतो. ॲन, तोपर्यंत तू या सर्वांची नीट काळजी घ्यायचीस—'' असे सांगून मोटार घेऊन जे जात ते तीनचार तासांनंतर परत येत.

आजकाल डॅडी स्वतःच्या कपड्याकडे खूप लक्ष पुरवत. केस नीट विंचरत. पांढरेशुभ्र कॅनव्हासचे बूट, लिननची पँट, कोटाला फूल लावलेले अशा वेषात ते छान दिसत.

"डॅडी, आता तुम्ही अगदी नवऱ्यामुलासारखे दिसता!'' आम्ही चिडवत असू. त्यावर ते म्हणत, "चढवायला नको मला. माझ्याजवळ आरसा आहे. मी कसा दिसतो ते माहीत आहे मला. पण आपल्या नव्या कन्येवर छाप पडायला हवी ना म्हणून असे कपडे करतो—''

"आता अगदी छान प्रकृती होईपर्यंत तू हॉस्पिटलमध्ये राहा."

"आपल्याला मुलं व्हायला लागल्यापासून तुला कधी विश्रांती अशी मिळालीच नाही—" डॅडी सांगत. पण लगेच म्हणत, "तू घरी आलीस म्हणजे फार बरं वाटेल मला. तुझ्यावाचून घरी कोणतंच काम नीट सुधरत नाही."

या हॉस्पिटलमध्ये मम्मीला खरोखरच विश्रांती मिळाली. तिथल्या नर्सेस चोवीस तास सेवेला हजर असत.

डॅडी, मम्मीला व जेनीला घरी घेऊन आले तेव्हा आम्ही अकराही भावंडे त्यांच्या स्वागताला दारात उभे होतो.

"लीली, आता हे आपलं शेवटचं अपत्य. पुढच्या वर्षी आपल्याला या पाळण्याची गरज लागणार नाही. आणखी दोन वर्षांनी आपल्या घरात दुपटी, लंगोट, दुधाच्या बाटल्या, बुचं काही दिसणार नाही. आपल्या झोपायच्या खोलीत मूल नसेल. गजर लावून मुलाला दूध पाजण्यासाठी उठावं लागणार नाही. सतरा वर्षांत प्रथमच रात्रभर झोप आणि विश्रांती मिळेल—" डॅडी बोलले.

"आलं आहे हे सर्व माझ्या मनात. आता मला खरोखरच विश्रांती मिळेल." बोलता बोलता मम्मीच्या डोळ्यात पाणी तरळले.

आता डॅडी पाहुण्यांशी ओळख करून देताना म्हणत, "ही ॲन, अर्नेस्टाइन, मेरी, मार्था. हा फ्रँक..."

आलेला पाहुणा म्हणे, "हे भगवान! मि. गिलब्रेथ! ही सर्व तुमचीच मुलं आहेत?"

"थांबा!" डॅडी म्हणत आणि झोपण्याच्या खोलीतून जेनला आणून दाखवताना सांगत, "हे माझं शेवटचं मॉडेल—"

◆

सात

गती, हालचाल यांचा अभ्यास व खगोलशास्त्राच्या खालोखाल फोटोग्राफी हा डॅडींचा अत्यंत जिव्हाळ्याचा विषय होता. माँटक्लेअर येथील आमच्या घरामागील दुमजली कोठारात त्यांनी फोटोग्राफीची प्रयोगशाळा केली होती. इथेच डॅडींचा इंग्लिश फोटोग्राफर कॉगिन आपले काचा धुण्याचे काम करी. आम्ही मुले त्याला फार सतावत असू. जवळजवळ आठवडाभर काढलेल्या फोटोंच्या निगेटिव्हज तो धूत असताना धाडकन दार उघडून आम्ही आत घुसत असू. डॅडी-मम्मींच्या देखतसुद्धा तो आम्हाला 'नतद्रष्ट मुले' म्हणायचा व त्यांच्या अपरोक्ष ज्या शिव्या देई त्या सांगण्याजोग्या नसत.

आमच्या टॉन्सिल्सच्या शस्त्रक्रियांची फिल्म घेतली होती त्या प्रकरणानंतर कॉगिनने डॅडींचे काम सोडले होते. त्यानंतर अनेक फोटोग्राफर्स आले आणि गेले पण डॅडींच्या मते एकालाही कॉगिनची सर नव्हती. कॉगिन गेल्यानंतर घरगुती फोटो घेण्याचे काम आजकाल डॅडीच करत.

डॅडींना फोटो घेण्याची फार आवड होती. रात्री, दिवसा, उन्हात, पावसात, हिवाळ्यात, उन्हाळ्यात कोणत्याही रविवारी ते फोटो घेत. इतर फोटोग्राफरप्रमाणे सूर्यप्रकाश हवाच असा त्यांचा आग्रह नसे. उलट, तो नसतानाच फ्लॅशलाइटवर फोटो घेणे त्यांना आवडे.

त्या काळी फ्लॅशबल्बची सोय नव्हती. त्यांच्या टी आकाराच्या फ्लॅशच्या बंदुकीत ते बंदुकीची खूपशी पावडर भरून ती डाव्या हाताने डोक्यावर उंच धरत. मग कॅमेऱ्यामागच्या काळ्या बुरख्यात तोंड खुपसून डाव्या हाताने बंदूक उडवत व उजव्या हाताने बटण दाबत.

आमच्या घरातील आढ्यांना या बंदुकीच्या बाराने कित्येक काळी वर्तुळे व डाग

पडलेले होते.

आम्हाला आता या सर्व प्रकारची सवय झाल्यामुळे पूर्वीसारखी भीती वाटत नसे. डॅडी काळ्या बुरख्याखाली गेले की, लवकरच बंदुकीचा कानठळ्या बसवणारा आवाज ऐकू येणार हे सर्वांत लहान जेनलाही कळे. मग ती घाबरून रडायला लागे. तिने सुरुवात केली की, इतर भावंडे तत्परतेने तिला साथ देत.

काळ्या बुरख्याखालून डॅडी ओरडत, "लीली, गप्प बसव आधी पोरट्यांना. डॅन! मूर्खा, डोळे का मिटून घेतो आहेस? उघड ते आणि जॅक कानात घातलेली बोटं बाहेर काढ. एवढ्याशा आवाजाला घाबरायला काय झालं तुम्हाला?"

मग ते चिडून त्या काळ्या बुरख्याखालून बाहेर येत. ओणवून उभे राहिल्याने त्यांच्या पाठीला रग लागलेली असे व हवा न मिळाल्याने कपाळावर घाम उभा असे.

"एकदम रडणं बंद करा—" ते ओरडत. "आता मी परत काळ्या बुरख्याआड जाईन. तेव्हा तुम्ही सर्वजण हसत असलेले मला दिसले पाहिजेत. ऐकू आलं का?"

एवढे बोलून ते परत बुरख्याआड जात. "आता रडणं थांबवलं नाही तर एकेकाला धपाटे घालीन. तुमचे पांढरेशुभ्र दात दिसायला हवे आहेत मला. हसा, हसत राहा."

बोलता बोलता ते कॅमेऱ्यात काचेची तबकडी सरकवत.

"रेडी? रेडी! हसत राहा, असंच, अगदी असंच—"

आम्ही हसावे, आमचे डोळे नीट यावे म्हणून ते उजव्या हातात एखादे खेळणे धरून हलवत आणि मग 'धडाड् धुम्' असा बंदुकीचा आवाज येई. खोलीभर आणि आमच्या अंगावरही राख सांडे. घामेजलेले डॅडी बाहेर येत. आढे कोसळले तर नाही ना याची खात्री करून घेऊन दारे-खिडक्या उघडत. धुराचा लोट बाहेर जाई.

"छान आला आहे फोटो. छान काम देते ही बंदूक. थांबा. हलू नका. इथला धूर कमी झाला की, आणखी एखादं छायाचित्र घेऊन टाकू."

फोटो जेव्हा सूर्यप्रकाशात काढायचे असत तेव्हा कॅमेऱ्याचे बटण ओढून डॅडी आमच्यात येऊन बसत. घरात घेतलेल्या फोटोच्या वेळी बंदुकीच्या आवाजाची भीती वाटे, तर सूर्यप्रकाशातल्या फोटोच्या वेळी डॅडींच्या रागावण्या-ओरडण्याची धास्ती असे.

पुष्कळवेळा डॅडी आम्ही मोटारीत बसलो असतानाचे फोटो घेत. आम्हा सर्वांना मनाजोगते बसवून, कॅमेऱ्याचा कोन बरोबर करून ठेवत. मग आम्हाला चेहरे हसरे ठेवायला सांगून कॅमेऱ्याचे बटण दाबून ते चटकन येऊन ड्रायव्हरच्या जागेवर बसत. ते तसे धपकन येऊन बसले की, गाडी त्या बाजूला झुके. कधीकधी डॅडींना

येऊन नीट बसण्यापुरता वेळ मिळे. पण कधी डॅडी जागेवर बसण्यापूर्वी 'क्लिक' आवाज येई. अशावेळी डॅडींचे चित्र फार अस्पष्ट भुरकट येई. कधी 'क्लिक' आवाज इतक्या उशिरा येई की, तोपर्यंत आमचे चेहरे थिजल्यासारखे दिसत. डॅडी कॅमेऱ्यासमोर येणाऱ्या चेहऱ्याच्या भागावर हास्य ठेवत, पण दुसऱ्या बाजूने आम्हाला धमक्या व दटावण्या देत राहत. एखाद्या वेळी तर ते कॅमेऱ्याचा 'क्लिक' आवाज येण्याच्या आत, मस्ती करत असलेल्या मुलाला थप्पड लगावून परत हसरा चेहरा करून बसत.

एकदा त्यांचा वेळेचा अंदाज चुकला आणि फोटोत ते रागाने फ्रँकच्या डोक्यावर मारत असलेली त्यांची छबी उतरली.

वेगवेगळ्या फोटोत मार खात असलेली वेगवेगळी मुले आली होती. डॅडींच्या डाव्या बाजूला बसणाऱ्या मुलांना त्यांना चटकन टपली मारता येत असे आणि म्हणून तिथे बसायला आमच्यापैकी कुणीही तयार नसे. कारण मग फोटोत रडका चेहरा दिसायचा.

काही वेळा वर्तमानपत्रांचे फोटोग्राफर किंवा 'अंडरवुड अँड अंडरवुड' कंपनीची माणसे प्रसिद्धीकरता, जाहिरातीकरता आमचे फोटो घेण्यासाठी येत. लगेच डॅडी शीळ घालून आम्हाला बोलावत. मग आमचे जलद टंकलेखन, मॉर्स कोडने संदेश पाठविणे, वाटेल तेवढ्या आकड्यांचे गुणाकार, भागाकार व वर्ग तोंडी सांगणे, आमचे जर्मन, फ्रेंच, इटालियन भाषांचे ज्ञान यांची प्रात्यक्षिके या लोकांसमोर होत व ते फोटोग्राफर आमची फिल्म काढत.

आमच्याबरोबर डॅडींचीही छायाचित्रे निघत. त्यामुळे तेही आमच्यासमवेत उभे असत. फोटोग्राफर त्यांनाही कसे उभे राहावे, कुठे उभे राहावे, हसायचे केव्हा वगैरे सांगत. अर्थातच अशा फोटोत आमचे चेहरे प्रसन्न दिसत. त्यातल्या त्यात फोटोग्राफर डॅडींना काही सूचना करायला लागला म्हणजे तर आमचे चेहरे फारच आनंदी, हसतमुख दिसत.

"मि. गिलब्रेथ! कृपा करून शांत उभे राहा. किती हालचाल करता? खिशातून हात काढा बाहेर. जरा मिसेस गिलब्रेथच्या जवळ सरका. च्! च्! अहो, इतक्या जवळ नाही. अस्सं, इथं उभे राहा—" फोटोग्राफर डॅडींच्या दंडाला धरून त्याला हवे तिथे, हवे तसे, उभे करी- "हं! आता जरा हसरा करा चेहरा."

डॅडी चिडून सांगत, "हसराच तर ठेवलाय चेहरा."

गती व हालचालींचा अभ्यास करण्यासाठी किंवा अशा गोष्टींच्या प्रसिद्धीसाठी जे फोटो काढायचे त्याच्या फार छान कल्पना डॅडींना सुचत.

परंतु डॅडींचे हे जाहिरातींचे लिखाण व आमच्या फिल्म्स यांचा आम्हाला शाळेत कधीकधी उपद्रव होई.

कधीकधी आमच्या शिक्षिका भर वर्गात, आमचे स्नानगृहात लावलेले कामाचे तक्ते, भाषा शिकवण्याकरता आम्ही स्नान करताना लावत असलेल्या ग्रामोफोनच्या भाषेच्या तबकड्या, आमचे घरातले कार्यकारी मंडळ, त्यांच्या बैठकी व निर्णय यावर डॅडींनी लिहिलेले लिखाण वाचून दाखवत. तेव्हा आम्हाला त्याची इतकी लाज वाटायची की, असे कल्पक हुशार इंजिनीअर होण्याऐवजी आपले डॅडी एखाद्या बुटाच्या दुकानातले विक्रेते असते तरी चालले असते असे वाटायचे.

सर्वांत भयानक प्रकार असे तो घरी मुलाखती घ्यायला येणाऱ्यांचा. त्या मनाला येईल ते लिहीत. मम्मीच्या प्रसिद्ध झालेल्या मुलाखती, रात्रीच्या जेवणाच्या वेळी मोठ्याने वाचून दाखवून, त्यांचे विडंबन करण्यात डॅडींना फार मजा वाटे.

'मला डझनावारी माननीय पदव्यांपेक्षा माझ्या डझनभर मुलांचे मोल जास्त वाटते' असे मम्मीने न काढलेले उद्‌गार तिच्या एका मुलाखतीत छापले होते. ॲनचा पुढे उत्कृष्ट व्हायोलिनवादक होण्याचा व अर्नचा प्रसिद्ध चित्रकर्ती होण्याचा बेत आहे असे पुढे म्हटले होते आणि म्हणून त्या वैतागल्या होत्या. आता आपली यावरून शाळेत टिंगल होईल अशी भीती त्यांना वाटत होती. निदान ॲनजवळ व्हायोलिन होते तरी, पण अर्नजवळ एकसुद्धा ब्रश किंवा रंगाची पेटी नव्हती.

एका वर्तमानपत्राच्या फोटोग्राफरने तर आम्हा सर्वांना अतिशय हास्यास्पद करण्याचे ठरवले असावे.

त्याने फिल्म बाहेरच्या सूर्यप्रकाशातच चांगली येईल असे सांगितले म्हणून बिचाऱ्या डॅडींनी आमचे जेवणाचे टेबल, खुर्च्या वगैरे बाहेरच्या अंगणात नेऊन मांडले, मग आम्ही जेवण करत असलेली फिल्म या फोटोग्राफरने घेतली.

ती सिनेमागृहात दाखवली गेली. शीर्षक होते, 'वेळेची बचत करणारे इंजिनीअर गिलब्रेथ व त्यांचे कुटुंब भोजन करताना—'

आमची ही फिल्म दाखवली गेली अतिशय वेगाने. नेहमीचे चित्रपट दाखवतात त्याच्या दसपट वेगाने. त्यामुळे पाहणाऱ्याला वाटत होते की, आम्ही वाघ मागे लागल्यासारखे धावतपळत टेबलाशी येतो, बश्या एकमेकांकडे जवळजवळ फेकतो, लांडग्यासारखे भराभर अन्न गिळतो आणि टेबलाजवळून दूर पळून जातो. आमचा जेवणाचा कार्यक्रम आम्ही अशा रीतीने पंचेचाळीस सेकंदांत म्हणजे अवघ्या पाऊण मिनिटात उरकतो. आम्ही जेवत असताना टेबलाच्या पार्श्वभूमीवर लंगोट, चड्ड्या, दुपटी-झबली दोरीवर वाळत घातलेली दिसत होती. कारण फोटोग्राफरने डॅडींना जेवणाचे टेबल अंगणात घ्यायला लावले होते.

ही फिल्म आम्ही नान्चुकीत सुट्टीवर असताना ड्रीमलँड थिएटरात दाखवली गेली. त्यावेळी तिथे एक विनोदी सिनेमा दाखवला जात होता. त्याच्यापेक्षाही आमच्या फिल्मला जास्त हशा होत होता. थिएटरातला प्रत्येक माणूस वळून वळून

आमच्याकडे पाहत होता. आम्हाला या सर्व प्रकाराची इतकी लाज वाटली की, मध्यंतरात आम्ही जागा सोडून उठलो नाही. डॅडींनी सोडा प्यायला बाहेर जाऊ या म्हटले तरी कुणी हलले नाही. एवढेच नव्हे तर हे चित्र आपल्या मॉंटक्लेअर गावातल्या थिएटरात दाखवले जाऊ नये असे प्रत्येकजण बोलून दाखवत राहिला. कारण मग शाळेत टिंगल झाली असती.

फोटोग्राफरने चावटपणा केला आहे व आमचे विडंबन केले आहे हे डॅडींना मान्य होते. पण आता झाल्या गोष्टीला इलाज नव्हता. म्हणून ते म्हणाले, ''झालं गेलं द्या सोडून. चला, मी तुम्हाला प्रत्येकाला डबल चॉकलेट-सोडा घेऊन देतो.''

आम्ही मुकाट्याने सोडा प्यायला बाहेर गेलो.

गिलब्रेथ आणि मंडळी

आमच्याकडे कुणी पाहुणे नसत तेव्हा डॅडी आम्हाला जेवणाच्या वेळचे शिष्टाचार शिकवत. जेवताना कुणी फार मोठा घास घेतला की, डॅडींचे बोट इतक्या जोरात त्याच्या डोक्यावर आदळे की, मम्मी बिचारी घाबरून डोळे मिटून घेई व म्हणे, ''च्! च्! फ्रँक डोक्यावर नको मारू, डोक्यावर नको.''

डॅडी तिच्या या विरोधाकडे दुर्लक्ष करत आणि जर खरोखरच जोरात मार लागला असेल तर आपलेच बोट कुरवाळत म्हणत, ''बरोबर आहे तुझं, लीली. बघ मला किती जोरात लागलं. डोक्यावर मारण्यापेक्षा एखाद्या मऊ, मांसल भागावर मारायला हवं.''

जेवताना शिष्टाचारात चूक करणारी व्यक्ती डॅडींच्या जवळपास असेल तर लगेच तिला मार मिळे. पण ती व्यक्ती डॅडींच्या आटोक्यापलीकडे असली तर डॅडी मम्मीला खूण करून त्या व्यक्तीला मारायला सांगत. पण मम्मी असल्या खुणांकडे सपशेल दुर्लक्ष करी. मग डॅडी त्याच्या आसपास बसणाऱ्या मुलाचे लक्ष वेधून घेत व आपल्यातर्फे त्याला शिक्षा करण्याची सूचना करत.

आम्ही लगेच तत्परतेने चूक करणाऱ्याच्या डोक्यावर टप्पल मारत असू. चूक करणारी व्यक्ती, तोंडात घास असल्याने रागाने नुसतीच डोळे वटारून मारणाऱ्या भावंडाकडे पाहू लागे.

डॅडी स्पष्टीकरण करत, ''माय डियर, ती थप्पड माझ्यातर्फे होती. हजार वेळा तुला सांगितलं आहे अन्नाचे लहान घास करून खावे म्हणून. कधी शिरायचं तुझ्या डोक्यात?''

''पण त्यासाठी डोक्यावर काय म्हणून मारायचं?'' मम्मी म्हणे, ''कृपा करून डोक्यावर नका मारू.''

जो कुणी टेबलावर कोपर टेकून जेवे, त्याचे मनगट चटकन पकडून डॅडी

त्याचे कोपर टेबलावर आपटत.

'ती जागा फार नाजूक असते. तेव्हा कोपराला नका मारू, इतर कुठंही मारा.' मम्मी विनवायची.

खरे सांगायचे म्हणजे शरीराच्या कोणत्याच भागावर मारलेले मम्मीला आवडत नसे. शारीरिक शिक्षेवर तिचा विश्वासच नव्हता. कधीकधी शिक्षा अत्यंत आवश्यक असे व डॅडी ती योग्य जागीच करत. तरीही मम्मी त्यांना विरोध करायची. डॅडींनी पृष्ठभागावर मारण्यासाठी हात उगारला की मम्मी 'तिथं नको, तिथं नको—' असे अशा आवाजात ओरडे की, जणू डॅडी आम्हाला लुळेपांगळे किंवा बहिरे करून ठेवणार आहेत.

एकदा हात उगारता उगारता डॅडींनी चिडून विचारले, ''मग मारू तरी कुठं? डोक्यावर नको, कानशिलावर नको, कोपराला नको, पिंढरीवर नको, पृष्ठभागावर नको. लीली, तुझे आईवडील काय मग तुझ्या तळपायावर मारत असत?''

''तळपायावर मारोत की ना मारोत, पण पाठीच्या मणक्यावर किंवा माकडहाडावर नक्कीच मारत नव्हते—''

बोटाने डोक्यावर मारणे आणि कोपर टेबलावर आपटणे या दोन गोष्टींत मम्मीखेरीज बाकीची आम्ही सर्वजण अगदी कुशल बनलो होतो. आमचे जेवणाच्या वेळेचे सर्व शिष्टाचार सुधारले असे डॅडींना वाटले तेव्हा हा शिक्षेचा कार्यक्रम बंद झाला. आमच्यातले लहानांतले लहान भावंडसुद्धा आता शिक्षा देण्यात तरबेज झाले होते. साऱ्या जेवणभर आम्ही एकमेकांवर नजर ठेवून असायचो. जरा संधी मिळाली की लगेच शिक्षा. कधीकधी तर आम्ही स्वतःच्या खुर्चीवरून हळूच उठून लपतछपत चूक करणाऱ्याजवळ जाऊन त्याला मारत असू. अशी दुसऱ्याला शिक्षा करण्यात आम्हाला फार धन्यता वाटायची. त्यातल्या त्यात डॅडींची चूक शोधून त्यांना शिक्षा करायची संधी मिळाली तर आपला फार मोठा बहुमान झाल्यासारखे आम्हाला वाटायचे.

जेव्हा डॅडींचे कोपर टेबलावर कुणीतरी आपटे तेव्हा ते भयंकर इजा झाल्यासारखे विव्हळत, दुखावलेला भाग कुरवाळत आणि आपले कोपर कायमचे जायबंदी झाल्यासारखा देखावा करत.

कधीकधी ते मुद्दामच आपले कोपर टेबलावर टेकत. आमच्यातले एखादे भावंड हळूच खुर्चीवरून उठून, त्यांना शिक्षा देण्यासाठी त्यांच्यापर्यंत जाई. डॅडी तोवर त्याच्याकडे आपले लक्षच नाही असे भासवत आणि तो अगदी जवळ पोहोचला की, कोपर टेबलावरून उचलून हात मांडीवर ठेवून देत आणि हसून सांगत, 'माझ्या पाठीला पण डोळे आहेत.'

त्यांना शिक्षा करण्याची संधी हुकल्याबद्दल निराश होऊन परत आपल्या

खुर्चीकडे जाणाऱ्याला वाटे, यांना खरेच पाठीला डोळे असावेत.

मम्मी-डॅडी दोघांनाही वाटे की, आपल्याकडे येणाऱ्या प्रत्येक पाहुण्याला अगदी घरच्याप्रमाणे वाटले पाहिजे आणि असे त्यांना वागवण्याची आमची जबाबदारी आहे. डॅडींचे ऑफिस घरातच असल्यामुळे आमच्याकडे नेहमीच जेवायला पाहुणे असत.

'ज्यांच्याजवळ पाहुणा बसेल त्याने पाहुण्यांना प्रत्येक पदार्थ नीट मिळतो की नाही हे पाहिलं पाहिजे. त्याला आग्रह केला पाहिजे. त्याची काळजी घेतली पाहिजे—' डॅडी सांगत.

जॉर्ज आइल्स नावाचा एक कॅनेडियन लेखक आमच्याकडे पुष्कळवेळा पाहुणा येत असे. हा वृद्ध होता. नेहमी करुण, चित्तवेधक गोष्टी सांगायचा. लिलियनला बिचारा फार दु:खीकष्टी वाटायचा. तो सांगे,

"एका गावी एक वृद्ध गरीब गृहस्थ राहत असे. त्याला संधिवाताचं दुखणं होतं. उठताबसताना त्याला खूप त्रास होई. बिचाऱ्याला नात्यागोत्याचं कुण्णी नव्हतं. आई नव्हती, वडील नव्हते. भाऊबहीण नव्हते, बायको नव्हती आणि मुलंही नव्हती. एकाकी जगत होता बिचारा!" गोष्ट सांगता सांगता श्री. आइल्स म्हणाले, "मुलांनो! तो दुर्दैवी माणूस कोण होता ते माहीत आहे का तुम्हाला?"

आम्हाला कल्पना होती तरीपण आम्ही नकारार्थी मान हालवली. श्री. आइल्सनी जास्तच दु:खीकष्टी चेहरा केला व हाताचा तळवा आपल्या छातीवर टेकवत म्हटले, "मीच तो दुर्दैवी माणूस!"

सहा वर्षांच्या लिलियनला इतके वाईट वाटले की, आपले दोन्ही हात त्यांच्या गळ्यात घालून तिने त्यांच्या सुकलेल्या, सुरकुतलेल्या गालाचा पापा घेतला व रडत रडत म्हटले,

"तुम्हाला 'कुण्णी कुण्णी नाही' असं का म्हणता? आम्ही आहोत ना!"

त्यानंतर जेव्हा जेव्हा श्री. आइल्स आमच्याकडे येत तेव्हा आम्हा सर्वांसाठी खाऊ असेच, पण लिलियनसाठी एक खास पेटी असे चॉकलेटची.

आमच्या डॅडींचे आतबाहेर काही वेगळे नसायचे. ते सरळ पाहुण्यांसमोरच मम्मीला विचारायचे, "आणखी थोडी भाजी आहे? नाही? ठीक. मग उकडलेले बटाटे? ते भरपूर आहेत? बरं तर! आणि पाहुण्यांना म्हणायचे, "मी तुम्हाला भाजीचा आग्रह नाही करू शकत. पण उकडलेले बटाटे वाढतो. घ्या—"

एकदा कोलंबिया युनिव्हर्सिटीतल्या एक प्रोफेसर बाई आमच्याकडे जेवायला आल्या होत्या. त्यांच्या शेजारी बसल्यामुळे फ्रेडवर त्यांना हवे नको पाहायची जबाबदारी आली होती. बाईंना जेवायला यायला थोडा उशीर झाला होता. त्यामुळे आमच्या बरोबरीने जेवण संपावे म्हणून त्या भराभर जेवत होत्या. त्यांना फ्रेड

म्हणाला, "असं हावरटासारखे घास नुसते गिळू नका. आमचं जेवण आधी संपलं तरी आम्ही थांबू तुमच्यासाठी. सावकाश घास चावून खा."

डॅडींना पानात टाकलेले मुळीच आवडत नसे. ते म्हणत, 'आपल्या घरात जेवढं पानात टाकलं जातं एका दिवसात, तेवढ्या अन्नावर एक कुटुंब आठवडाभर गुजराण करू शकेल.' हे नेहमी कानावर पडत असल्यामुळे डॅनने एका पाहुण्याला म्हटले होते, 'माफ करा. पानातील पावट्याची उसळ संपवली नाहीत, तर जेवणानंतर आइसक्रीम मिळणार नाही.'

खूप वेळ, लांबलचक आणि कंटाळवाणे बोलणाऱ्या एका पाहुण्याला लीलीने गप्प बसवले होते.

"डॅडी, हे गृहस्थ बोलत आहेत तो विषय सर्वांना मनोरंजक वाटण्याजोगा मुळीच नाही. उलट, कंटाळवाणाच आहे. नाही का हो?" लिलियनने सहजपणे विचारले होते.

असले अवघड प्रसंग डॅडी, मम्मी व पाहुणे हसण्यावारी नेत. डॅडी त्यांची क्षमा मागत व आमच्या घरातल्या जेवणाच्या वेळच्या शिष्टाचारांची त्यांना माहिती देत. पाहुणे गेल्यानंतर मम्मी आम्हा सर्वांना जवळ बोलावून म्हणायची, 'कुटुंबाचे नियम व रिवाज पाळणं महत्त्वाचं आहे. पण त्याहून अधिक महत्त्वाचं म्हणजे आपल्या घरी पाहुण्यांना अवघड वाटेल असं आपण वागायचं, बोलायचं नाही.'

कधीमधी डॅडींना जेवणानंतर गॅसेस व्हायचे. त्यावेळी कुणी पाहुणे नसले तर आम्ही डॅडींची त्याकरता चेष्टा करत असू. एकदा असा आवाज झाल्यानंतर डॅडी मुद्दाम बिलला म्हणाले, "बिली, आता मी तुझं हे असलं संगीत ऐकण्याच्या मूडमध्ये नाही हं!"

"पण डॅडी, हे संगीत तुमचं आहे; माझं नव्हे. मला उगाच बनवू नका."

"तुम्हा मुलांसारखी आवाज करणारी पोटं मी पाहिली नव्हती बुवा! तू पाहिली होतीस लीली?" डॅडी विचारत.

मम्मीला हे असले अशिष्टपणाने बोलणे मुळीच आवडत नसे. ती नाराज होऊन गप्प बसे.

एकदा रात्री रसेल ॲलन नावाचे एक तरुण इंजिनीअर आमच्याकडे जेवायला आले होते. एका उंच स्टुलावर जॅक बसलेला होता. जेवताना अवचितपणे त्याला गॅसेस झाले व त्याचा खूप मोठा आवाज झाला. जेवणघरातले संभाषण यामुळे एकदम थांबले व शांतता पसरली. आमच्या नेहमीच्या चेष्टेप्रमाणे तो समोर बसलेल्या पाहुण्यांना म्हणाला, "मि. ॲलन, तुमचं हे संगीत ऐकण्याच्या मूडमध्ये नाही मी या घटकेस—"

जॅकच्या या बोलण्यामुळे मम्मीला इतकी लाज वाटली आणि कानकोंड्यासारखे

झाले की, तिच्या डोळ्यांत पाणी आले.

डॅडीही एकदम जॅकवर ओरडले व म्हणाले, ''चालता हो आत आणि उरलेलं जेवण स्वयंपाकघरात बसूनच जेव. आमचं जेवण झालं की येतो तुझा समाचार घ्यायला.''

जॅक स्वयंपाकघराकडे जाताजाता रडत म्हणाला, ''तुम्हाला गॅसेस झाले म्हणजे तुम्हीसुद्धा असेच बोलता.''

आता डॅडींनाही लाज वाटली. कोणत्याही परिस्थितीत तोल जाता कामा नये असे ते आम्हाला सांगत. पण या घटकेस त्यांचाही तोल गेला होता. ते जागच्या जागी चुळबुळत छोटा टॉवेल कुस्करत बसले. सभोवारच्या शांततेचा भंग कसा करावा हे कुणालाच सुचत नव्हते.

डॅडी, मम्मी व मि. ॲलन या तिघांनाही खूप अवघड वाटत होते आणि आम्हा सर्वांनाच या तिघांची कीव आली होती.

शेवटी हातातला टॉवेल टेबलावर टाकून डॅडी उठले व स्वयंपाकघरात गेले आणि त्यांनी जॅकला हात धरून बाहेर आणले. जॅक अजूनही रडत होता. डॅडी म्हणाले, ''जॅक, चल तुझ्या जागेवर बस. तुझं म्हणणं बरोबर आहे. असं बोलायला तू माझ्याचकडून शिकलास, पण जाऊ दे ते. आता परत कुणीही असं कुणालाही बोलायचं नाही. तुमची मम्मी म्हणते तेच योग्य. बरं! पण आता ॲलनची क्षमा माग पाहू.''

◆

आठ

आमची आत्या ॲन, डॅडींच्यापेक्षा मोठी होती. भलामोठा घेर असलेला पायघोळ झगा आणि उंच टाचांचे बूट ती घालायची. तिचेही केस तांबूस तपकिरी होते. ती डॅडींसारखीच दिसायची. तिचे आणि डॅडींचे एकमेकांवर खूप प्रेम होते. ती प्रेमळ होती, पण कडक शिस्तीची भोक्ती होती. ती, तिचे पती व मुले, प्रॉव्हिडेन्स येथे आमच्या घरापासून एक-दोन फर्लांगावर राहत असत. ही आत्या पियानो उत्तम वाजवत असे व तिचे पियानोवादन शिकवण्याचे वर्ग होते.

डॅडींच्या मनात आले की, आम्हा सर्वांना कोणते ना कोणते तरी वाद्य वाजवायला यायला पाहिजे. लगेच त्यांनी आम्हाला आत्याकडे पाठवले.

एकदोनदा आमची चाचणी घेतल्यानंतर आम्हाला संगीत, वाद्य येणार नाही हे आत्याला कळून चुकले. पण डॅडींना वाटे, आपल्या मुलांना काही शिकवले की ते येणारच आणि त्यांची अशी ठाम समजूत असल्यामुळे आमच्या कुवतीची त्यांना कल्पना देणे आत्याला योग्य वाटत नव्हते. बिचारी न कंटाळता, नेटाने आम्हाला सहा वर्षे शिकवत होती. शेवटी तिची अगदी पक्की खात्री झाली तेव्हा तिने आम्हाला पियानोऐवजी इतर वाद्ये शिकण्याचा सल्ला दिला. त्यातसुद्धा आम्ही प्रगती दाखवली नाहीच, पण निदान ती वाद्ये पियानोपेक्षा नाजूक होती, त्यांचा आवाज कमी येई व एका वेळी एकच व्यक्ती ते वाजवू शके.

ॲनला व्हायोलिन, अर्नला मँडोलिन, मार्था व फ्रँक यांना 'सेलो' ही वाद्ये शिकण्याची शिफारस तिने केली. आम्ही रियाज करायला लागलो की, डॅडी कानात कापसाचे बोळे घालून घरात हिंडत.

आमच्या आत्याच्या संगीत वर्गाचे दरवर्षी कार्यक्रम होत. ती या कार्यक्रमात आम्हा सर्वांना भाग घेऊ देई. बहुतेक वेळी आम्ही मधेच चुकत असू. त्यामुळे

चांगली कुशल, वादक मुलेही नाउमेद होत व श्रोत्यांत बसलेले त्यांचे आईवडीलही नाउमेद होत. मग आम्हाला सांभाळून घेण्यासाठी आत्या श्रोत्यांना सांगे की, पियानो वादनाकडून आम्ही नुकतेच या तंतुवाद्यांकडे वळलो आहो.

ॲनआत्या आमच्याशी चांगली वागे आणि आम्हीही तिच्यावर, तिच्या मुलाबाळांवर प्रेम करीत असू. पण आत्याचा स्वभावही डॅडींसारखाच होता. ती म्हणेल तसेच सगळे झाले पाहिजे असा तिचा आग्रह असे. डॅडी हे आमचे डॅडी व आमचे कुटुंबप्रमुख असल्यामुळे आम्ही त्यांचे ऐकत होतो, पण आम्ही इतर कुणाचे ऐकणार नव्हतो. अगदी डॅडींच्या मोठ्या बहिणीचेसुद्धा!

आम्ही माँटक्लेअरला राहायला आल्यानंतर एकदा डॅडी आणि मम्मी भाषणे देण्याच्या दौऱ्यावर गेले होते. त्यावेळी ॲनआत्या आम्हाला सोबत म्हणून येऊन राहिली होती. आल्या आल्या तिने जाहीर केले की, ती पाहुणी म्हणून राहायला आली नसून आमच्यावरती तात्पुरती अधिकारी म्हणून आली आहे.

आमच्या हॉलमधून माडीवर जाण्यासाठी जो जिना होता तो चकचकीत, स्वच्छ राहावा म्हणून डॅडी त्या जिन्याने आम्हाला ये-जा करू देत नसत. पण आत्या तोच जिना वापरी. डॅडींना हा जिना वापरलेला आवडत नाही हे आम्ही तिला सांगितले.

पण तिने आमचे म्हणणे धुडकावून लावले.

"हे पाहा, मागचा जिना अरुंद आहे आणि त्याच्या पायऱ्या फार उंच आहेत. तेव्हा जोपर्यंत मी इथं राहते आहे तोपर्यंत हाच जिना वापरणार. माझ्या मनाला येईल तो जिना मी वापरेन. तुम्ही कोण मला सांगणार? जा आता आपल्या कामाला लागा."

जेवताना आत्या डॅडींच्या खुर्चीवर बसायची हेही आम्हाला आवडत नव्हते. साधारणपणे अशावेळी मोठा मुलगा म्हणून फ्रँक डॅडींच्या व ॲन मम्मीच्या जागी बसे. आमच्या खोल्या आम्ही कशा ठेवाव्या याच्या सूचना ती आम्हाला देई. ते आम्हाला पटत नव्हते आणि आमच्या कुटुंबाच्या ठराविक दैनंदिन कार्यक्रमात तिने बदल केला हेही आम्हाला रुचले नव्हते.

फ्रँक आणि बिल या दोघांत मिळून एकच खोली होती. 'शी, शी! काय खोली पसरून ठेवली आहे. मी पंधरा मिनिटांत परत पाहायला येईन. तोवर खोली आवरलेली मला दिसली पाहिजे' - आत्या बजावून जाई.

'हे पाहा, तुमची नेहमीची झोपण्याची वेळ कोणती आहे त्याच्याशी मला काहीएक कर्तव्य नाही. मी इथं राहते आहे तोपर्यंत मी सांगेन तेव्हा झोपलं पाहिजे.'

आत्या रोज दोनचार वेळा तरी टॉम ग्रीव्हजचा उद्धार करी आणि तो बिचारा तिला अगदी भिऊन असे.

टॉम ग्रीव्हज आणि मिसेस कनिंगहॅम आमच्या सर्वांच्या जन्माआधीपासून आमच्या कुटुंबात राहत होती. त्यांच्यादेखतच आमचे जन्म झाले होते. अर्थातच त्यांना आमच्यात राहणे अवघड वाटत नव्हते.

आत्याचे कुटुंब अगदी बेतशीर होते. अशा कुटुंबातल्या स्त्रीला आमच्यासारख्या डझन मुलांच्या कुटुंबात जमवून घेऊन राहणे फारच कठीण जात होते. तिला कलकलाट, आरडाओरडा सहन करण्याची सवय नव्हती. तिचा उरलासुरला संयम एके दिवशी जेवताना सुटला.

सबंध जेवणभर आमच्या काही ना काही खोड्या चालू होत्या. बिल टेबलाखाली लपला होता आणि तो आपल्या जागेवर नाही हे तिच्या लक्षात येऊ नये म्हणून आम्ही त्याची खुर्ची व डिश टेबलाजवळून हलवली होती. आम्ही जेवत असताना बिल आत्याच्या पायावर पालथ्या पंजाने मारत होता.

"कोण मारतंय मला?" आत्याने विचारले.

आम्ही म्हटले, "कुणी नाही."

"तुमच्याकडे कुत्रा नाही ना?"

"छे, नाही." आम्ही सांगितले; कारण आमची कॉली कुत्री कधीच मेली होती.

"पण मला कुणीतरी मारतंय नक्कीच—"

मग आत्याने तिच्या दोन्ही बाजूस बसलेल्यांना आपल्या खुर्च्या दूर सरकवून बसायला सांगितले, हेतू हा की खुर्च्या लांब सरकवल्यावर त्यांचे पाय आपल्या पायापर्यंत पोहोचू नयेत. एवढे झाल्यानंतर परत बिलने तिच्या पायावर मारलेच.

"मला कोण मारतंय ते शोधल्यावाचून आता मी मुळीच राहणार नाही-" पण आत्याचे बोलणे संपायच्या आत बिलने परत मारले. लगेच आत्याने टेबलक्लॉथ वर उचलून खाली डोकावून पाहिले. पण असे होणार याची आधी कल्पना असल्यामुळे बिल रांगत जाऊन टेबलाच्या पार दुसऱ्या टोकाखाली बसला होता. आमचे टेबल चौदा माणसांना पुरेसे म्हणजे खूप लांबरुंद होते. त्यामुळे खाली बसून पाहिल्याखेरीज टेबलाच्या एका टोकाकडून दुसऱ्या टोकाखालचे दिसणे शक्य नव्हते आणि असे खाली बसून रांगत जाऊन पाहणे आत्याच्या रुबाबाला शोभणारे नव्हते. तिने टेबलक्लॉथ खाली सोडला. त्याबरोबर बिल रांगत रांगत तिच्या पायाशी आला व तिने मांडीवर ठेवलेला हात त्याने चाटला.

आपला हात छोट्या टॉवेलला पुसत आत्याने ठामपणे म्हटले, "नक्कीच या घरात कुत्रा आहे. खरं सांगा, कुणी आणला हा घाणेरडा प्राणी घरात?"

परत एकदा तिच्या पायावर चापट मारून बिल रांगत टेबलाच्या दुसऱ्या टोकाशी गेला. आत्याने टेबलक्लॉथ वर उचलून पाहिले. कुणी नव्हते. तिने टेबलक्लॉथ खाली सोडल्याबरोबर बिलने तिचा हात चाटला. परत आत्याने वाकून

पाहिले आणि मग आपला हात मुद्दाम लोंबत सोडला.

बिलला परत खोडी काढण्याचा मोह आवरला नाही. पण या खेपेस आत्या सावध होती. बिलने तिचा लोंबत ठेवलेला हात चाटायला सुरुवात केल्याबरोबर तिने आपल्या दोन पायांच्या कात्रीत त्याचे डोके पकडले आणि मग खाली वाकून त्याचे केस धरून त्याला टेबलाखालून बाहेर ओढले.

''चल ये बाहेर, मूर्खा!'' ती ओरडली. ''आता तू माझ्या हातून सुटत नाहीस.''

आमचा बिल कपड्याच्या बाबतीत फार गबाळा होता. बटणाऐवजी सेफ्टी पिना, कंबरेच्या पट्ट्याऐवजी जुने नेकटाइज कंबरेला बांधलेले असत. गळ्यात नेकटाय क्वचितच असे. पँटची बटणे उघडी, खालची शिवण उसवलेली. दिवस वर चढत जाई तसे त्याचे पायमोजे खाली घसरत घोट्यापर्यंत उतरलेले असत. मम्मी घरी असे तेव्हा त्याला कोट, कंबरेचा पट्टा घालायला लावी. तिच्या गैरहजेरीत सारा आनंदच असे.

आत्ता आत्याने त्याला टेबलाखालून बाहेर खेचले तेव्हा शर्टच्या काजातून एक दोरी ओवून पँटच्या काजांतून काढून त्याने पँट घातली होती. त्याने बांधलेली दोरी आत्याने त्याला खेचताच तटकन तुटली आणि पँट खाली घसरली. त्याने एका हाताने पँट सावरायचा प्रयत्न केला, पण तो निष्फळ झाला.

''चालता हो आधी तुझ्या खोलीत. टारगट मेला! थांब, तुझ्या बापाला येऊ दे. तुला कसं वागवायचं हे आधी त्याला शिकवते.''

आपली घसरलेली पँट सावरत बिल खोलीकडे धावला. आत्याने केस धरून ओढल्यामुळे त्याचे डोके चांगलेच दुखत होते.

उसना शांतपणा धरून आत्या खुर्चीवर बसली. आमच्याकडे पाहून तिने कृत्रिम हास्य केले व म्हटले,

''अगदी छोट्या बेबीपासून मोठ्या ॲनपर्यंत एकजण काही मला सहकार्य देत नाही आहे. इतकी बेशिस्त मुलं मी कधी कुठंही पाहिली नव्हती. आजपर्यंत मला तुमचा जो अनुभव आला त्यावरून सांगते की, पृथ्वीतलावर तुमच्याइतकी स्वार्थी, वाह्यात, अप्पलपोटी मुलं कुठं नसतील.''

आत्याचा कृत्रिम शांत आवाज हळूहळू चढत गेला. तिने आरडाओरडा करून बोललेले आजवर आम्ही ऐकले नव्हते. तिचा आवाज डॅडीपेक्षा वेगळा होता, पण बाकीचे तिचे रागावणे, बोलणे थेट डॅडींसारखेच होते.

''यापुढं जर तुम्ही सरळ वागला नाही तर कुल्ल्यावर असा मार देईन की, महिनाभर तुम्हाला खुर्चीवर बूड टेकून बसता येणार नाही. समजलं?''

एवढे बजावून आत्याने जेवण पुढे चालू केले. पण झाल्या प्रकाराने ती इतकी

नर्व्हस झाली होती की, तिचा घास घशात अडकला. तिने गळ्यापाशी हाताचा तळवा दाबून धरला. ते पाहून आम्ही घाबरलो. ती बेशुद्ध तर होणार नाही ना अशी आम्हाला भीती वाटली आणि स्वत:च्या वर्तनाची लाजही वाटली.

टॉम स्वयंपाकघराच्या दारातून हे सर्व पाहत होता. आत्याविषयीची आपली सारी भीती दूर सारून तो पुढे धावला व त्याने तिच्या मानेवर थापट्या मारल्या व दोन्ही हात पकडून ते तिच्या डोक्यावर उंच उभे धरले.

"आत्ता बरं वाटेल तुम्हाला, ॲनआत्या!" त्याने धीर देत म्हटले.

खरोखरच त्याच्या उपचारांनी तिला बरे वाटले. पण मग आपल्या प्रतिष्ठेची तिला आठवण झाली. टॉमच्या हातातून झटक्याने आपले हात सोडवून घेऊन ती उठून उभी राहिली.

"टॉम, तू मला 'ॲनआत्या' म्हणण्याचं काही कारण नाही. जा स्वत:च्या कामाला. इथं लुडबुडू नको." आत्याने टॉमला चापले.

या प्रकारानंतर मात्र आम्ही तिला त्रास दिला नाही. आम्हाला वाटले होते, डॅडी-मम्मी आल्यावर ती आमच्याविषयी तक्रारी सांगेल; आम्ही कसे बेशिस्त आहोत हे सांगेल, पण तसे काहीच झाले नाही.

"ॲन, तू जरा वाळलेली दिसतेस. तुला मुलांनी त्रासबीस नाही ना दिला?" डॅडींनी विचारले.

"छे! छे! एकदा आम्हाला एकमेकांचे स्वभाव समजल्यावर आमचं छान जमलं. हो की नाही रे मुलांनो?" ती बिलला जवळ घेत त्याचे केस कुस्करत म्हणाली.

"स्स! आत्या, जरा हळू. अजूनही माझी टाळू आणि केस दुखताहेत." बिल कुजबुजला.

एकदा आमच्या घरी एक मानसशास्त्रज्ञ पाहुणी आली होती. आमच्या बुद्धीची चाचणी घेऊन तिला आमचा बुद्धि-निर्देशांक काढायचा होता. म्हणून दर पंधरा दिवसांनी ती न्यूयॉर्कहून आमच्याकडे येत असे. डॅडींच्या शिकवण्याच्या पद्धतीचा आमच्या बुद्धीवर काय परिणाम झाला आहे यावर ती प्रबंध लिहिणार होती.

या बाई किडकिडीत, ओठावर लव आणि वरचे दात पुढे अशा होत्या. आम्हाला त्या मुळीच आवडल्या नव्हत्या आणि बहुतेक त्यांनाही आम्ही आवडलो नव्हतो.

सुरुवातीला बाईंचे प्रश्न साधे, सरळ असत; म्हणजे गणित, भूगोल, स्पेलिंग्ज यावर प्रश्नांची पहिली फेरी आटपल्यावर त्या प्रत्येकाला स्वतंत्रपणे बाहेर दिवाणखाण्यात बोलावून प्रश्न विचारत. या वेळी तिथे मम्मी-डॅडींनापण हजर राहू देत नसत. त्यांचे हे प्रश्न कधी अपमानकारक, तर कधी विचित्र व खवचट असत.

"तुमची मम्मी तुम्हाला पिटून काढते तेव्हा खूप दुखते का?" हा प्रश्न त्यांनी

आम्हा सर्वांना विचारला. आमची मम्मी आम्हाला मारत नाही हे समजल्यावर त्यांची निराशा झाली, पण डॅडी कधीमधी एखादी चापटी देतात हे ऐकून जरा बरे वाटले.

"तुमची मम्मी तुमच्यापेक्षा तुमच्या एखाद्या भावावर किंवा बहिणीवर जास्त प्रेम करते ना? आठवड्यातून तुम्ही किती वेळा अंघोळ करता? तुम्हाला आणखी एखादं भावंड झालेलं आवडेल का? आवडेल म्हणता? कमालच आहे म्हणायची तुमची!"

आम्हाला ज्या प्रकारचे प्रश्न या बाई विचारत ते प्रश्न डॅडी-मम्मींनासुद्धा आवडले नसते. शेवटी ॲन व अर्नेस्टाइनने डॅडी-मम्मींना सर्व काही स्पष्ट सांगायचे ठरवले. पण त्या आधीच आमच्या सुदैवाने व बाईंच्या दुर्दैवाने त्या आमच्या छान तावडीत सापडल्या.

कोणत्याही धंद्यातल्या कामासाठी कोणत्या प्रकारची बुद्धीची व स्वभावाची माणसे योग्य होत, हे ठरविण्यासाठी मम्मी एक चाचणी प्रश्नावली तयार करत होती. त्यासाठी तिने मानसशास्त्रावरची बरीच पुस्तके व परिपत्रके यांचा ढीग जमवला होता. एकदा रात्री सहज अर्नेस्टाइन ढिगातली मासिके आणि पुस्तके चाळून पाहत होती. मम्मी आम्हा छोट्यांना फाइव्ह लिटल पॉपर्स हे पुस्तक वाचून दाखवत होती. अर्नेस्टाइनला या पुस्तकात बौद्धिक उंची आजमावण्याकरता विचारायच्या प्रश्नांची मालिका सापडली. यातील एक चाचणी प्रश्नमालिका, न्यूयॉर्कहून येणाऱ्या मानसशास्त्र तज्ज्ञ आम्हाला विचारीत, त्याच प्रकारची होती. फक्त त्यात आमच्या पाहुण्याबाई विचारत तसले खासगी खवचट प्रश्न नसत.

"सापडलं," अर्नेस्टाइन एकदम ओरडली. त्याबरोबर मम्मीने दचकून वर पाहिले व म्हटले,

"अर्न, काय हवंय तुला तिथलं? माझी पुस्तकं, मासिकं विसकटू नको."

"नाही विसकटत. पण मम्मी, यातलं एखादं मी वाचायला घेऊ?"

"घे. पण परत जागच्या जागी ठेव, हं कुठपर्यंत बरं आलो होतो आपण? आठवलं! कुटुंबाच्या पोषणासाठी पेपर विकून आणि बूट-पॉलिश करून मी पैसे मिळवेन, असं ज्योएल म्हणाला."

मम्मीने गोष्ट पुढे वाचायला सुरुवात केली.

मानसशास्त्रज्ञ बाईंनी आमच्या तीन चाचण्या आतापर्यंत घेतल्या होत्या. ॲन व अर्न आता आम्हाला चौथ्या चाचणीसाठी पढवून तयार करू लागल्या. त्यांनी आमची एवढी तयारी करवून घेतली की, त्यातले प्रश्न न वाचताही आम्ही उत्तरे लिहू शकलो असतो. शेवटची परीक्षा मौखिक होती. ही चाचणी शब्दांच्या साहचर्याविषयीची होती. या चाचणीची पण आमची तयारी ॲन, अर्नने करवून घेतली.

"आमची चाचणी घेतेय काय? घे म्हणावं. आमच्यासारखी मुलं तिला कधी

भेटली नसतील. तिला वाटतंय की आम्ही फार भावंडं आहोत त्यामुळे डॅडी-मम्मींना आमच्याकडं लक्ष द्यायला वेळ नाही मिळालेला—''

''हे पाहा, त्या बाई प्रश्न विचारायला लागल्या की, मुद्दाम गोंधळल्यासारखा चेहरा करा, डोकं खाजवा; हातपाय हालवत राहा. थोडक्यात म्हणजे जेवढं आचरटासारखं वागता येईल तेवढं वागा. ते बाकी तुम्हाला शिकवायला नकोच. कारण एरवी पण तुम्ही तसंच वागता.'' अर्नने सांगितले.

त्यानंतर जेव्हा मानसशास्त्रज्ञ न्यूयॉर्कहून आमची चाचणी घ्यायला आल्या तेव्हा त्यांनी दिवाणखान्यात आम्हाला वेगवेगळ्या ठिकाणी बसवले. चौथ्या चाचणीचे प्रश्न व उत्तरे लिहायला एक वही आम्हाला दिली.

''मी सुरू करा म्हटलं की, जमेल तेवढ्या भराभर तुम्ही उत्तरं लिहायला सुरुवात करायची. तुम्हाला मी अर्धा तास देणार आहे. तेवढ्यात जास्तीत जास्त उत्तरं लिहा. एखाद्याचं अर्ध्या तासाच्या आत संपलं तर त्यानं आपली वही माझ्याकडे आणून द्यायची.'' आपल्या मनगटी घड्याळात पाहत बाई म्हणाल्या व त्यांनी ताकीद दिली ''कुणी कुणाचं पाहून लिहायचं नाही हं! मी नजर ठेवणार आहे तुमच्यावर—''

'रेडी' म्हटल्याबरोबर आम्ही भराभर गाळलेले शब्द लिहायला सुरुवात केली. मोठ्या मुलांनी दहा मिनिटांत उत्तरे लिहून पुरी केली. आमच्यातल्या सर्वांत लहान असलेल्या लिलियनने वीस मिनिटांत उत्तरे लिहिली.

लिलियनचा पेपर पाहून बाईंनी 'आ'च वासला.

''वय काय तुझं बाळ?'' त्यांनी विचारले.

''सात, येत्या जून महिन्यात सात पुरी होतील.''

''मी अजून तुमच्या या वह्या तपासल्या नाहीत. पण आत्ता पाहिलं त्यावरून वाटतं की, तुझ्या बुद्धीचा निर्देशांक निकोलस बटलरपेक्षाही जास्त आहे.''

''कारण मी खूप वाचन करते.'' लिलियनने उत्तर दिले.

इतर वह्यांकडे पाहून मान डोलावत बाई म्हणाल्या. ''गेल्या दोन चाचणी परीक्षांत तू नक्कीच प्रगती दाखवली आहेस. मला वाटतं, आपण आता पुढच्या चाचणीकडं वळावं. मी आता प्रत्येकाजवळ येऊन एकेक शब्द उच्चारणार आहे. तो ऐकल्याबरोबर तुमच्या मनात कोणता शब्द येतो ते तुम्ही सांगायचं. आहे का नाही मजेदार खेळ?''

ॲनने तोंड वाकडे केले. अर्नने खाजवले. मार्था नख चावत राहिली.

''चला, आपण आता वयाप्रमाणं सुरुवात करू—''

बाई बोलल्या, ''ॲन, तू ये प्रथम. सांग 'सुरी' म्हटल्यावर तुझ्या मनात काय येतं?''

''सुरीनं भोसकणं, जखम, रक्तस्राव, गळा कापणं, खून, आतडी बाहेर काढणं, किंचाळी, आरोळी—'' एका क्षणाचीही उसंत न घेता ॲनने सांगितले.

''बाप रे! मी एक शब्द उच्चारला की, तू एकच शब्द सांगायचा. पण ज्या अर्थी तू इतके शब्द दिले आहेस तर ते मी लिहून घेते.'' बाईंनी आपल्या पॅडवर सर्व शब्द लिहून घेतले.

''हं. अर्नेस्टाइन, तुला शब्द देते- 'काळा.'''

अर्न उत्तरली, ''जॅक.''

''मार्था तुझा शब्द 'पाऊल'''

''लाथ'' - मार्थाने उत्तर दिले.

''केस?''

''उवा'' - फ्रँकने सांगितले.

''फूल?''

''दुर्गंधी'' बिल बोलला.

पाहुण्याबाई जास्त जास्त गोंधळात पडत होत्या. त्यांनी लिलियनकडे पाहिले. त्याबरोबर लिलियन म्हणाली.

''घरटं मोडून खाली पडणं व पिलं मरणं—''

''पण लिलियन अजून मी तुला शब्द दिलाही नाही तर तुझं उत्तर कसं तयार आहे?'' बाईंनी आश्चर्याने विचारले व मग म्हटले, ''अस्सं! म्हणजे मी कोणता शब्द देणार हे पाहून ठेवून तुला आधीच पढवून तयार केलेलं दिसतंय होय ना?''

लिलियनने बावळटपणे होकारार्थी मान हलवली.

''अच्छा! म्हणजे आधीच्या चाचणीतले गाळलेले शब्द कोणते भरायचे हेही तुला पढवलं होतं वाटतं? मला वाटतं, माझ्यावर तुमच्या हुशारीची छाप पडावी म्हणून तुमच्या आईनंच तुम्हाला सर्व उत्तरं शिकवून ठेवली होती—'' बाई रागाने बोलल्या.

आम्ही सर्वजण हसायला लागलो. पाहुण्याबाई मात्र चिडल्या होत्या.

''तुम्ही सर्वजण अतिशय लबाड, द्वाड मुलं आहात. माझी आपण छान फजिती केली असं मुळीच समजू नका. अगदी पहिल्यापासून मी ओळखलं होतं तुम्हाला—''

आपला कोट, रेनकोट, हॅट उचलून बाई रागारागाने पुढच्या दाराकडे निघाल्या. आमचा मोठमोठ्याने हसण्याचा आवाज डॅडींनी ऐकला होता. म्हणून काय गंमत झाली ते पाहण्याकरता डॅडी आपल्या खोलीतून बाहेर आले. घरात काही गंमत घडली की, त्यात भाग घ्यायला डॅडींना नेहमीच आवडे.

ते हसत म्हणाले, ''तुमच्या चाचणी परीक्षा फार मजेच्या आहेत वाटतं, एवढं

सगळी जण हसता आहात ते? आणि हे काय, तुम्ही निघाला एवढ्यात? कशी काय वाटली तुम्हाला माझी मुलं?''

आमच्याकडे तिरस्काराने पाहत बाई उत्तरल्या, ''विचारलंत हे फार बरं केलंत. तुमची मुलं निःसंशय हुशार आहेत. वयाच्या मानानं जरा जास्तच! मिळालं तुमच्या प्रश्नाचं उत्तर? आता माझा सल्ला विचारलात तर तुमच्या सर्वांत मोठ्या मुलीपासून धाकट्या मुलीपर्यंत सर्वांना छडीनं फोडून काढायला हवंय! आणि तेही आताच. अजून वेळ गेली नाही, तोवरच.''

एवढे बोलून बाई तरातरा दरवाजापर्यंत गेल्या व त्यांनी आपल्या मागे धाडकन दार बंद करून घेतले.

डॅडींनी आमच्याकडे हताशपणे पाहिले.

''काय वात्रटपणा केलात? त्या बाई आपल्या कुटुंबावर एक प्रबंध लिहिणार आहेत. तुम्ही त्यांना बिथरवलेलं दिसतंय.''

ॲनने तोंड वाकडे केले. अर्नने खाजवले. मार्था नखे खाऊ लागली. आता मात्र डॅडी रागावले.

''नीट खाली बसा आणि व्यवस्थितपणे उत्तरं द्या. मूर्खपणा नकोय.''

''तुम्हाला आणखी एखादं भावंड झालं तर चालेल?'' ॲनने पाहुण्या बाईसारखा आवाज काढत विचारले.

''तुमची आई तुम्हाला झोडपून काढते तेव्हा दुखतं का?'' ॲनने विचारले.

''तुमचं स्नान किती दिवसांपूर्वी झालं होतं? नक्की आठवतंय?'' मार्थाने विचारले.

डॅडींनी हात वर करून आमचे बोलणे थांबवण्याची सूचना केली व म्हटले, ''या बाई तुम्हाला असले प्रश्न विचारत होत्या हे तुम्ही मला किंवा मम्मीला आधीच का नाही सांगितलं? बरं जाऊ दे आता.''

बोलता बोलता डॅडींनाही हसायला यायला लागले—

''आता तिने आपल्या प्रबंधात काही वेडंवाकडं लिहिलं आपल्याविषयी, तर मी चक्क कोर्टात खेचीन तिला'' दार उघडून आपल्या ऑफिसच्या खोलीत जाता जाता डॅडी म्हणाले, ''आत या आणि मला सगळं सविस्तर सांगा.''

''चला, निकोलस बटलर.'' अर्न लिलियनला चिडवत म्हणाली.

आम्ही सर्वजण डॅडींच्या ऑफिसच्या खोलीत शिरलो. डॅडींचे टायपिस्ट, स्टेनोग्राफर आपापली कामे सोडून आमच्याभोवती गोळा झाले. आम्ही बाईंच्या एकेक गमती सांगत होतो आणि सर्वजण जोरजोरात हसत होतो.

आमचे मोठमोठ्याने चाललेले हसणे खिदळणे ऐकून मम्मी पण खाली आली व आमच्या हसण्यात सामील झाली.

टेकडीवरचा वृद्धाश्रम

दर शुक्रवारी रात्री मम्मी आणि डॅडी दोघेच एखाद्या सिनेमाला किंवा भाषणाला जात. तर शनिवारी रात्री अगदी छोटी मुले घेऊन मम्मी घरीच राही व डॅडी आम्हा मोठ्या मुलांना सिनेमाला नेत. त्या दिवशी आमची जेवणे संध्याकाळी सातच्या आत उरकून आम्ही पहिल्या खेळाला जात असू.

निघताना डॅडी म्हणत, 'फक्त एक खेळ (शो) पाहून घरी परतायचं, दुसऱ्या खेळाला मुळीच बसायचं नाही. तुम्ही कितीही हट्ट केलात तरी मी ऐकणार नाही. आधीच सांगून ठेवतोय!'

पण एकदा सिनेमा सुरू झाला की, आमच्याइतकेच डॅडीही त्यात रंगून जात. अगदी इतके रंगून जात की, आम्ही चॉकलेट किंवा कँडी असले काही खाण्याकरता पैसे द्या म्हणून त्यांना कोपरांनी किती ढोसले तरी ते जाम लक्ष द्यायचे नाहीत. सिनेमातल्या विनोदाला ते इतक्या मोठमोठ्याने हसून दाद द्यायचे की, लोक माना वळवून वळवून त्यांच्याकडे पाहायचे आणि मग आम्हाला फार लाज वाटायची. सिनेमात दुःखाचा प्रसंग आला की, जोरात आवाज करून ते नाक साफ करत व डोळे पुसत.

पहिला खेळ संपला की, दुसऱ्या खेळाला बसायचा आम्ही आग्रह धरत असू. कठोरपणाचा आव आणून प्रथम ते आमची मागणी फेटाळत, पण शेवटी आमच्या मनाजोगते करत आणि म्हणत, "ठीक आहे. गेल्या आठवड्यात तुम्ही शहाण्यासारखं वागला आहात म्हणून बसू आपण दुसऱ्या खेळाला. पण जागरणं केलेली आवडत नाहीत मला—"

"पण डॅडी, उद्या रविवार आहे. आम्ही उशिरापर्यंत झोपू शकतो ना—"

"आणि तुमची मम्मी रागवेल ती, तुम्हाला उशिरा घरी नेल्याबद्दल?"

"तुम्ही जे करता ते सगळं मम्मीला योग्यच वाटतं."

आम्ही असे म्हटल्यावर डॅडी म्हणत, "बऽरं बुवा! बसू या—" आणि मग आम्ही दुसरा खेळ पाहून घरी जात असू.

एकदा अर्नेस्टाइनने आम्हाला इशारा केला व आम्ही सिनेमाचा एक खेळ संपल्याबरोबर आमचे कोट हातात घेऊन लगेच बाहेर निघालो.

"अरे चाललात कुठं? चालत घरी निघाला की काय? या, बसा आपल्या जागेवर." डॅडी म्हणाले.

आम्ही म्हटले, "डॅडी, तुम्हीच तर घरून निघताना बजावलं होतं की, फक्त एकाच खेळाला बसायचं—"

आजचा आमचा हा पवित्रा डॅडींना नवीन होता. ते म्हणाले,

"बजावलं होतं हे खरं आहे. पण या आठवड्यात तुम्ही सोन्यासारखं वागला आहात. तेव्हा परत एक खेळ तुम्हाला पाहायचा असेल तर माझी हरकत नाही.''

"पण डॅडी, आम्हाला झोप येते आहे, आज जागरण केलं तर उद्या थकवा येईल. शिवाय मम्मी काळजी करत असेल ते वेगळंच. तेव्हा आपण आता घरीच जाऊ.''

"चावटपणा नका करू. चला, बसा सगळी. तुमच्या मम्मीला काय आणि कसं सांगायचं ते मला कळतंय. उद्या रविवार आहे. तुम्ही उशिरापर्यंत झोपून विश्रांती घेऊ शकता -'' डॅडींनी एवढे म्हटल्यावर आम्ही सर्वजण परत येऊन आपापल्या जागेवर बसलो.

"फाजील कार्टी आहात एकजात सगळी! तासन् तास खलबतं करून मला बनवता काय? थांबा. पुढच्या आठवड्यात मी एकटाच येईन—''

ओव्हर द हिल (टेकडीवरचा वृद्धाश्रम) नावाचा एक सिनेमा आम्ही पाहिला होता. एक गरीब विधवा स्त्री, हाडाची काडे करून, आपल्या मुलांना मोठे करते. बादल्या भरून कपडे धुते. ढिगाराभर कपड्यांना इस्त्री करते. सेंट्रल स्टेशनचा फलाट धुते, पुसते. मुलांना आपल्या आईच्या या काम करण्याची लाज वाटते. ती आपल्याला उत्तम प्रतीचे कपडे देत नाही म्हणून मुले तक्रार करतात. पुढे मोठी होतात तेव्हा आईने आपल्याजवळ राहू नये असे त्यांना वाटते. कारण आता तिच्याने काम होत नसते. शेवटी बाहेर हिमवर्षाव आणि वादळ चालू असताना मुले आईला घराबाहेर काढतात.

शेवटच्या सीनमध्ये ती वृद्ध विधवा थंडीने कुडकुडत, टेकडीवरच्या वृद्धाश्रमाकडे जात असलेली दाखवली होती.

डॅडींना हा सिनेमा फार आवडला होता. सिनेमा संपून आम्ही बाहेर येऊन सोडा पीत होतो तरी त्यांचे नाक व डोळे पुसणे चालूच होते. आम्हा सर्वांना पण खिन्न, उदासवाणे वाटत होते.

"तुम्ही सर्वांनी मला एक वचन द्यायला हवं आहे. माझ्या पश्चात तुम्ही तुमच्या आईला कधीही दु:ख व अंतर देऊ नका—'' ते गहिवरून म्हणाले.

आम्ही तसे वचन दिल्यावर त्यांना बरे वाटले. पण पुढे कित्येक महिने त्यांच्या मनावर त्या सिनेमाचा परिणाम राहिलेला होता.

आम्ही हातखर्चाला जास्त पैसे मागायला लागलो की ते म्हणायचे, "आणखी पंधरा-वीस वर्षांनी माझी स्थिती काय होईल ते आत्ताच दिसतं आहे मला. मी त्या सिनेमातल्या वृद्ध बाईसारखा कुडकुडत कष्टानं टेकडीवरच्या अनाथाश्रमाची वाट चढत असेन. अशा ठिकाणी कसलं अन्न देत असतील देव जाणे!''

आम्ही वर्षातून एकदोन वेळा घरात नाटिका करत असू. डॅडींना त्या खूप

आवडत. या नाटिका ॲन किंवा अर्नेस्टाइन लिहीत. दर वर्षीच्या नाटिकांत फारसा फरक नसल्याने आम्ही रंगीत तालीम न करता त्या सादर करीत असू. त्यात डॅडी-मम्मींची नक्कल असे. अशा नाटिका डॅडींना विशेष आवडत.

पोटाशी उश्या बांधून त्यावर कंबरेचा पट्टा बांधून व डोक्यावर गवती टोपी घालून फ्रँक डॅडी व्हायचा. फुलाफुलांची हॅट घालून अर्नेस्टाइन मम्मी बने. ज्या कारखान्यात डॅडींना सल्लागार म्हणून बोलावलेले असे त्या कारखान्याची सुपरिन्टेंडेंट ॲन व्हायची. इतर मुले मुलांचेच काम करत.

फ्रँक डॅडींसारखा आवाज काढून विचारी, "सर्व मुलं आली?" मग मम्मीच्या वेषातली अर्न वही काढून मुलांची हजेरी घेई. डॅडी चौकशी करत, "सर्वांच्या जवळ वही-पेन्सील आहे? ठीक. चला तर माझ्या मागोमाग."

आम्ही फ्रँक व अर्न (डॅडी-मम्मी) यांच्या पाठोपाठ दिवाणखान्यात इकडून तिकडे हिंडायचो व मग आपण आता कारखान्यात शिरलो असा आविर्भाव करायचो. कारखान्याची सुपरिन्टेंडेंट म्हणून ॲन पुढे येऊन फ्रँकशी हस्तांदोलन करी.

"अरेच्या! मि. गिलब्रेथ, तुमच्यामागं ही मुलांची टोळी कुठून आली? ही सर्व तुमचीच मुलं आहेत का तुम्ही एखाद्या शाळेची मुलं सहलीसाठी आणली आहेत?"

अर्नेस्टाइन ठासून सांगे, "सहलबिहल नाही. ही सर्व मुलं आमचीच आहेत."

"ही माझी मुलं कशी काय वाटतात तुम्हाला? कोणतीही वस्तू डझनावर घेतली म्हणजे स्वस्त पडते ना? तशी आहेत ही माझी बारा मुलं. तुमचं काय मत झालं माझ्या या मुलांविषयी?" फ्रँकने हसत हसत विचारले.

"माझं असं मत झालं आहे की, तुम्ही ही आपली डझन मुलं घरीच ठेवून हिंडावं. ती पाहा कशी माझ्या कारखान्यातल्या पत्र्यावर चढत आहेत—" ॲनने म्हटले.

"घाबरू नका. माझी मुलं तुमच्या यंत्राबिंत्रात हात सापडवून घ्यायची नाहीत. त्यांना मी स्वतः इंजिनीअरिंगचे शिक्षण दिलेले आहे—" फ्रँकने दिलासा दिला.

एवढ्यात ॲनने किंचाळून म्हटले, "अहो, अहो तो तुमचा छोटा मुलगा करवतीच्या यंत्रावर बसला आहे पाहा. त्याला अगोदर तिथून उठवा."

"लबाडाला आपण सायकलवरच बसल्यासारखं वाटतं आहे, तुम्ही घाबरू नका, सुपरिन्टेंडेंटसाहेब. पडो झडो माल वाढो, अशा उपायांनीच मुलं मोठी होतात व त्यांचं ज्ञान वाढतं."

एवढ्यात आतून 'मेलो, मेलो' अशी किंकाळी ऐकू आली. "नेहमीचंच आहे हे. कारखान्यात गेलं की एखादं तरी मूल गमावतंच माझं—" अर्नने तक्रारीच्या सुरात म्हटले. "निदान आता उरलेली तरी त्या करवतीच्या यंत्रापासून लांब ठेवा."

"मुलांनो, आपलं एक भावंड गेल्याची नोंद ठेवा. म्हणजे आज जेवणाच्या वेळी एक डिश कमी मांडली पाहिजे." फ्रँक बोलला व फ्रेडकडे वळून म्हणाला, "बाळ फ्रेड, तोंडातलं बोट काढ आणि या सुपरिन्टेंडेंटसाहेबांना त्यांच्या या यंत्रात काय दोष आहे तो सांग—"

"हा हस्तटेका (हँड लिव्हर) योग्य ठिकाणी लावला नसल्यानं यात माल भरताना व उतरवताना बरीच शक्ती व हालचाली वाया जातात. हे यंत्र चालवणाऱ्याच्या मानानं हँडल खाली असल्यानं चालवणारा थकत असेल."

कधीकधी डॅडी एखाद्या सभेत भाग घेत आहेत असा प्रवेश लिहिला जाई.

ॲन अध्यक्ष होई व सांगे, "या पुढचे आपले वक्ते मि. फ्रँक बंकर गिलब्रेथ आहेत. थांबा, घाबरून जागा सोडून निघून जाऊ नका. या खेपेस मि. गिलब्रेथ यांनी फक्त दोनच तास बोलण्याचं वचन दिलं आहे—"

यानंतर पोटाशी उश्या बांधलेला फ्रँक व्यासपीठावर उभा राहिला. त्याने डोळ्यावरचा चश्मा नीट केला व खिशातून एक जाड हस्तलिखित बाहेर काढले.

"आपल्या विषयाच्या सोईसाठी माझ्या भाषणाचे मी तीस मुख्य भाग पाडले आहेत. आता मी त्यातल्या पहिल्या भागाची सुरुवात करतो." फ्रँकने म्हटले.

श्रोत्यांत इंजिनीअर म्हणून बसलेली बिली, डिक, जॅक, लिलियन वगैरे मुले एकमेकांना खुणा करून, कोपरांनी ढोसून एकामागून एक हळूच दिवाणखान्याबाहेर निघून गेली. फ्रँक डॅडींसारखा आवाज काढून श्रोते उठून गेलेल्या रिकाम्या दिवाणखान्यात बोलतच राहिला.

शेवटी आपले भाषण संपवून फ्रँक खाली बसला तेव्हा श्रोते परत आत आले. मग अध्यक्षांनी (ॲनने) दुसऱ्या वक्त्या लिलियन मॉलर गिलब्रेथ यांची श्रोत्यांना ओळख करून देताना म्हटले, "आमच्या दुसऱ्या वक्त्या श्रोत्यांच्या प्रश्नांची उत्तरे देणार आहेत तरी श्रोत्यांनी प्रश्न विचारावेत."

पायघोळ स्कर्ट व भलीमोठी हॅट घातलेली अर्न (मम्मी) स्टेजवर पुढे आली. तिच्या हातात एक सुटकेस होती. त्यातून विणायच्या सुया, दुरुस्त करायचे कपडे, बेबीची बाटली व 'सायंटिफिक अमेरिकन' नावाचे एक मासिक डोकावत होते.

श्रोत्यांकडे पाहत एक सबंध मिनिट अर्न हसत राहिली. मार्था, लिलियन मम्मीच्या छानछान हॅट्स घालून श्रोत्यांत बसल्या होत्या.

"मिसेस गिलब्रेथ! तुम्हाला खरोखरच का कुटुंब एवढं मोठं वाढवण्याची इच्छा होती?"

"मिसेस गिलब्रेथ तुमच्या घरात कुणाचं राज्य चालतं? तुमचं की तुमच्या पतीचं? ते तुमच्या मुठीत आहेत का तुम्हीच त्यांच्या धाकात आहात?"

"मिसेस गिलब्रेथ, खरंच का डझनावारी मुलं स्वस्तात पडतात?" असल्या

तऱ्हेचे प्रश्न भराभर विचारले जात. असल्या छोट्या प्रवेशानंतर कधीकधी डॅडी एकपात्री प्रवेश सादर करत. ते बहुधा खेडवळ माणसांचे असत आणि ते खूपदा पाहून पाहून आम्हाला तोंडपाठ झालेले असले तरी ते पाहताना आम्हाला मजा वाटे.

हा सर्व कार्यक्रम संपला की, डॅडी हातातल्या घड्याळाकडे पाहत म्हणत, "झोपायची वेळ टळूनही गेली. जा पाहू झोपायला ताबडतोब. माझे नियम विसरला का तुम्ही?"

मग मम्मीकडे वळून म्हणत, "माझा घसा बोलून बोलून सुकला अगदी. छानसा आइसक्रीम सोडा घेतला म्हणजे बरं वाटेल मला. मुलांनो, तुम्ही झोपायला जा पाहू. मी गाडी काढतो व तुमच्या मम्मीला घेऊन जाऊन सोडा पिऊन येतो. त्याशिवाय मला मुळीच झोप यायची नाही."

आम्ही लगेच "आम्हाला पण न्या. आमचेही घसे सुकले आहेत. आम्हालाही आइसक्रीम सोडा घेतल्याखेरीज झोप येणार नाही." असा आरडाओरडा करत असू.

"पाहा, आइसक्रीम सोडा घ्यायचं म्हटल्याबरोबर तुम्ही लगेच तयार. पण झोपायला जा म्हटलं ते मात्र ऐकत नाही." डॅडी खोटे खोटे रागावून म्हणत.

मम्मीकडे वळून ते म्हणायचे, "प्रत्येक आइसक्रीम सोड्याला १५ सेंट्स याप्रमाणं १३ आइसक्रीम सोड्याचं केवढं थोरलं बिल होईल. मला वाटतं, अशानं थोड्याच वर्षांत मला टेकडीवरच्या अनाथाश्रमात जायची नक्की वेळ येणार."

◆

नऊ

अर्नचे शालेय शिक्षण संपत आले त्या सुमारास मुलींनी चेहऱ्याला रंगरंगोटी करण्याची फॅशन आली होती. मुली आपले केस कापून बॉब करू लागल्या होत्या. तरुण मुलगे केसाला पोमेड लावून ते चापूनचोपून बसवायला लागले होते. अमेरिकेच्या शब्दकोशात 'कॉलेजकुमार' हा शब्द एखाद्या बहुमानदर्शक विशेषणासारखा वाटू लागला होता. हलकेफुलके संगीत लोकप्रिय होऊ लागले होते. वाहतुकीचे साधन म्हणून 'फोर्ड' मोटार मान्यता पावली होती. या गाड्यांवर मजेदार मजकूर लिहिलेले असत. उदाहरणार्थ, 'कोंबडीताई, या आत. इथं आहे तुमचं घरटं' किंवा 'चार चाकं पण ब्रेकविना', 'मे फ्लॉवर' वगैरे.

हे युग 'जाझ' संगीताचे होते. तरुण लोक झपाटल्यासारखे वागत. सारे जगच झपाटल्यासारखे झाले होते. पण डॅडींनी ठरवले होते की, जग कसेही वागो आपल्या मुलींना खुळ्यासारखे वागू द्यायचे नाही आणि वागू दिलेच तर सहजासहजी माघार घेऊन नव्हे, तर झगडून.

"आजकालच्या मुलींना झालंय तरी काय? कशी काय त्यांना ही केस चापूनचोपून बसवणारी कवडी किमतीची मुलं आवडतात? आणि या मुली तरी इतके आखूड कपडे घालून गावातून हिंडू लागल्या तर त्यांचे काय दुष्परिणाम त्यांना भोगावे लागतील हे समजत कसं नाही त्यांना?" डॅडी बोलत राहत.

"पण डॅडी, आजकाल सर्वजणी असलेच कपडे करतात. सबंध शाळेत बावळटासारखे कपडे घालणाऱ्या मी आणि अर्न या दोघीच मुली आहोत. सर्वांनीच तसले कपडे घातले तर मुलांच्या काहीसुद्धा लक्षात येत नाही."

"तू मला हल्लीच्या पोरांचं काही सांगू नको. या मुलांचं कुठं लक्ष जातं आणि त्यांना काय हवं असतं, सगळं माहीत आहे मला. या कॉलेजातल्या पोरांना चांगला

ओळखतो मी. माझ्या काळात जर तरुण मुली असले लांडे कपडे घालून फिरल्या असत्या तर काय झालं असतं ते सांगायचीसुद्धा लाज वाटते—'' डॅडी वैतागाने म्हणाले.

''काय झालं असतं सांगा ना, डॅडी?'' अर्नने विचारले.

''जाऊ दे! माझ्या काळात वेश्यासुद्धा असले कपडे करून...''

''फ्रँक'' मम्मीने मधेच अडवून म्हटले, ''हा शब्द घरात उच्चारायचा पण नाही.''

मुली मम्मीकडे वळून म्हणाल्या, ''पाहा ना गं, मम्मी! डॅडी कसे बोलतात.'' पण या विषयांवर मम्मीचे मत पण डॅडींसारखेच होते. ती म्हणाली, ''पुरुषांना असे उत्तान कपडे करणाऱ्या, रंगरंगोटी करून फिरणाऱ्या मुली फक्त त्यांच्याबरोबर मन मानेल तसं वागायला व हिंडायफिरायला हव्या असतात. जेव्हा पत्नी निवडायची वेळ येते तेव्हा सभ्य, शालीन, आदरणीय मुलगीच त्यांना पसंत पडते.''

''मला आदरणीयच मानतात शाळेत. माझ्याइतकं शाळेत दुसऱ्या कुणालाही मानत नसतील. मुलं तर इतकी मानतात की डोळा वर करून कुणी माझ्याकडं पाहतही नाही की, मला फिरायला जायला किंवा पार्टीला बोलावत नाही. अशा स्थितीत मी शाळेत आवडती व लोकप्रिय कशी होणार?'' ॲन कुरकुरली.

''लोकप्रिय! आवडती! जावं तिथं हेच ऐकायला येतं. मोठा महत्त्वाचा परवलीचा शब्द होऊन बसला आहे हा. या पिढीतल्यांना हुशार, बुद्धिमान, आकर्षक, गोड स्वभावाचे व्हायला नकोय. सर्वांना हडकुळी आणि पाप्याची पितरं वाटावी अशी शरीरं हवीत आणि लोकप्रिय व्हायला हवं. त्यासाठी आजकालची मुलं आपल्या सर्वस्वाचा होम करायला, अगदी आत्मे आणि शरीरं विकायलासुद्धा तयार होतील. विकत असतीलही.'' डॅडी रागाने म्हणाले.

''सबंध शाळेत सिल्कचे पायमोजे न वापरणाऱ्या, लांबलचक स्कर्ट घालणाऱ्या, जुन्या पद्धतीचे बूट वापरणाऱ्या मी आणि ॲन दोघीच आहोत.'' तक्रारीच्या सुरात अर्न म्हणाली.

टेबलावर हाताची मूठ आपटत डॅडी ओरडले, ''म्हणे सिल्कचे पायमोजे आणि लांडे स्कर्ट हवेत. आता यापुढं असलं काही मागाल तर या शाळेतून तुमची नावं काढून सरळ तुम्हाला कॉन्व्हेंटमध्येच नेऊन घालतो.''

अलीकडे डॅडी वरचेवर ही धमकी देत. त्यांनी कॉन्व्हेंटशी पत्रव्यवहार करून त्यांच्या शाळेची माहितीपत्रकेही मागवली होती. ती सर्वांच्या नजरेस पडावी म्हणून मुद्दाम जेवणाच्या खोलीतल्या एका टेबलावर ठेवली होती. ॲन, अर्न या मुली काही तक्रार करू लागल्या की, डॅडी नेहमी त्यांना ही पत्रके दाखवत.

"अल्बनीजवळ एक छान कॉन्व्हेंट आहे—" ॲन व अर्न यांच्या कानावर आपले बोलणे जात असल्याची खात्री करून घेऊन ते मम्मीला सांगत, "या माहितीपत्रकात असं लिहिलं आहे की, या कॉन्व्हेंटभोवती बारा फूट उंचीची भिंत आहे. तिथल्या जोगिणी (नन्स) मुलींवर करडी नजर ठेवतात. नऊ वाजता झोपलंच पाहिजे असा तिथला नियम आहे. मला वाटतं, बोस्टनच्या कॉन्व्हेंटपेक्षा हे बरं. कारण बोस्टनच्या कॉन्व्हेंटभोवती दहा फुटांचीच भिंत आहे."

त्या काळी मुलींचे केस मध्यावर विभागून त्यांचे दोन कानापाशी दोन बुचडे बांधत. ॲन व अर्नचे पण असेच असत. केस आखूड व पातळ असले तर आत फडक्यांचे बोळे ठेवून वर बुचडे बांधत. हल्ली मुलींचे केस कापून बॉब ठेवण्याची फॅशन आली होती. पण डॅडी-मम्मी केस कापून बॉब करायला परवानगी देतील हे शक्य नव्हते. तेव्हा आपणच आता पुढाकार घ्यायचा असे ॲनने ठरवले. ती सर्वांत मोठी होती. थोडा त्रास सोसून असे धाडस आपण केले नाहीतर आणखी पंधरा वर्षांनी जेन वयात आली तरी आपल्या घरातल्या मुलींची केशभूषा अशीच राहील यात मुलींना शंका नव्हती. म्हणून सर्व धाकट्या बहिणींचे पुढारीपण ॲनने घेतले.

'कॉन्व्हेंटमध्ये घालणार काय आम्हाला? ठीक आहे, घाला.' हातात कात्री घेऊन मुलींच्या स्नानगृहात शिरत तिने म्हटले. तिथून ती बाहेर आली ती स्वत:चे केस कापून घेऊन. तसे केस नीट कापून झाले नव्हते. पण निदान ते आता छोटे जरूर झाले होते. हळूच अर्नपुढे जाऊन उभे राहत तीच म्हणाली,

"आता कशी दिसते मी, अर्न? बरं केलं का गं केस कापले ते?"

"बाप रे! अगं, काय केलं आहेस हे? केस कापलेले तर मलाही आवडतात. पण तुझं हे डोकं वेडंवाकडं कापलेल्या गवतासारखं दिसत आहे. माझं ऐक, ॲन, एखाद्या न्हाव्याकडं जाऊन नीट केस कापून घे तू—"

"अर्न, मी हे केवळ माझ्या एकटीसाठी नाही केलं. मीच एकदा केस कापण्याची सुरुवात केली की, इतरांनाही डॅडी-मम्मी केस कापू देतील. बोलणी मात्र मलाच एकटीला आज खावी लागतील. पण फायदा मात्र तुम्हा सर्वजणींचा होईल."

"हे पाहा ॲन, आमच्या फायद्यासाठी एवढा मोठा स्वार्थत्याग करण्याची काही एक जरुरी नाही." अर्नने सांगितले.

"पण अर्न, डॅडी मला रागवायला लागले तर निदान माझी बाजू तरी घेशील का नाही? तुलासुद्धा केस कापायची इच्छा आहेचना?" ॲनने अगतिकपणे विचारले.

"तुझी बाजू जरूर घेईन. पण मी स्वत:चे केस मुळीच कापणार नाही. ते काम

मी एखाद्या न्हाव्याकडं सोपवीन.''

"अर्न, डॅडी आज खूप रागावतील नाही? आज रात्री घरात मोठंच वादळ होईल. मला मनातून खूप भीती वाटते आहे. पण कुणीतरी हे एकदा सुरू करायलाच हवं होतं आणि तुम्हा सर्वांत मी मोठी म्हणून मीच हे करायला हवं होतं.''

त्या रात्री अगदी जेवणाची वेळ होईतो ॲन अर्नच्याच खोलीत बसून राहिली. मग जेवणासाठी त्या दोघी मिळूनच खाली आल्या. मम्मी जेवणाचे वाढप करत होती. ॲनला पाहिल्याबरोबर तिच्या हातातले उसळीचे भांडे टेबलावर पडले.

"ॲन, अगं काय करून घेतलंस आपल्या सुंदर, लांबसडक केसांचं? स्वत:चा चेहरा कसा दिसतो ते तरी पाहिलंस का आरशात?'' मम्मीने हळूच विचारले.

"पाहिला आहे. आता परतपरत तू मला काही बोलून माझी भूक मारून टाकू नको.''

ॲनकडे पाहून मम्मीच्या डोळ्यांत पाणी आले. ती म्हणाली, "ॲन, असं करून तू माझी भूक पार घालवलीस.''

ॲन आणि अर्न जेवायला खाली आल्या तेव्हा डॅडींचे त्यांच्याकडे लक्ष नव्हते. ते वर्तमानपत्र वाचत होते. ॲनची व मम्मीची काहीतरी कुरबुर त्यांच्या कानांवर आली तेव्हा ते उद्वेगाने म्हणाले, "शांतपणे जेवणसुद्धा करू देत नाही का तुम्ही? आता कसली तक्रार चालली आहे?''

बोलता बोलता त्यांनी वर पाहिले आणि ॲनकडे लक्ष जाताच ते थक्क झाले.

"आत्ताच्या आत्ता आधी वर जा आणि ते केस नीट करून ये. परत कधी अशा अवतारात खाली येण्याचे धाडस करू नको. लाज कशी नाही वाटली तुला असं करायला?'' ते ओरडले.

"पण डॅडी, कापलेले केस कसे परत लावता येतील?'' ॲनने विचारले.

अर्न बहिणीच्या मदतीला धावून येत म्हणाली, "डॅडी, केस असे कापल्यानं ॲनची कार्यक्षमता वाढेल. पूर्वी तिला केसांचे दोन कानांवर बुचडे बांधायला तब्बल दहा मिनिटं लागत असत. आता केस विंचरण्याचं काम ती फक्त पंधरा सेकंदांत करू शकेल.''

"विंचरायला केस आहेत का तरी शिल्लक?'' हेटाळणीच्या सुरात डॅडींनी विचारले.

मम्मीला रडूच येऊ लागले.

"हे पाहा, यापुढं तू कधीही केस कापता कामा नये. आता ते भराभर वाढवले

पाहिजेस. ऐकलं ना?''

या संभाव्य प्रसंगाला धीटपणे तोंड द्यायचे ॲनने ठरवले होते. पण डॅडी-मम्मी दोघेही रागावल्यावर तिला रडायलाच यायला लागले.

''या घरात आमचं काही चालत नाही. आमचं कुण्णी ऐकून घेत नाही. आमचा राग राग करतात. असं जगण्यापेक्षा मेलेलं बरं.'' ती हुंदके देत म्हणाली व खुर्चीवरून उठून धावत वर गेली. तिच्या खोलीचा दरवाजा धाडकन लागलेला ऐकू आला. तिचे हुंदके व मुसमुसणेही खोलीत ऐकू येत होते.

डॅडींनी चहाच्या टेबलावरची कॉन्व्हेंटची माहितीपत्रके उचलली. पण मग जरा वेळाने ती परत ठेवून दिली. त्या दिवशी डॅडी-मम्मींना जेवण गेले नाही. जेवणघरात विचित्र शांतता पसरली होती. तिचा भंग फक्त अधूनमधून ऐकू येणाऱ्या ॲनच्या हुंदक्यांनीच होत होता.

शेवटी मम्मी म्हणाली, ''बिच्चारी पोर! फारच कठोरपणे तुम्ही बोललात. तिला वाटतंय या घरात कुणीच आपल्याला समजून घेत नाही.''

डॅडींनी मस्तक हातावर टेकले. ''हं! माझं बोलणं जरा कठोरच झालं. खरं सांगू? लीली, केसांचा बॉब केल्याबद्दल मला फारसं वाटलं नाही. उलट त्यामुळे कार्यक्षमता वाढते, वेळ वाचतो हे अर्नेस्टाइनचं म्हणणं बरोबर आहे. पण तू नाराज दिसलीस, तुला वाईट वाटलेलं दिसलं म्हणून मी नर्व्हस झालो आणि तिला रागावलो.''

''माझीही बॉबविषयी काही तक्रार नाही. त्यामुळे वेळ वाचतो हे मलाही पटतं. पण तुम्हाला केस कापलेले आवडत नाहीत म्हणून मी ॲनवर नाराज झाले होते.'' मम्मी म्हणाली.

थोड्याच वेळात डोळे लाल झालेले, केस विसकटलेले अशा अवतारात ॲन खाली आली. एक शब्दही न बोलता आपल्या जागेवर बसून डिशमध्ये वाढलेले पदार्थ खाऊ लागली. बशी रिकामी झाल्यावर ती मम्मीला म्हणाली, ''तुझी हरकत नसेल तर सर्व पदार्थ मला आणखी हवे आहेत. फार भूक लागली आहे मला.''

''खा ना. माझी कसली हरकत असणार?''

''मला तर मुलांनी अगदी पोटभर खाल्लेलंच आवडतं.'' डॅडी.

त्या आठवड्याच्या शेवटी मम्मी सर्व मुलींना घेऊन डॅडींच्या सलूनमध्ये गेली व तिने सर्वजणींचे केस व्यवस्थित कापून आणले.

मुलींचे केस कापल्यावर सलूनवाल्याने मम्मीला विचारले, ''तुमचे कसे कापू?''

त्याबरोबर सर्व मुली एकदम ओरडल्या, ''छे, छे! मम्मीचे केस नाही कापायचे!''

पण मम्मी मात्र विचारात पडल्याचा आव आणून म्हणाली ''मुलींनो! मला वाटतं, मी पण कापून घ्यावेत. एकतर मी त्यामुळे तरतरीत आणि स्मार्ट दिसेन आणि दुसरं म्हणजे माझाही केस विंचरण्याचा वेळ वाचेल. तुम्हाला काय वाटतं!''

''आम्हाला वाटतं की, आमची आई ही आईसारखीच दिसावी. एखाद्या उठवळ बाईसारखी दिसू नये.'' अर्न बोलली.

केस कापण्याच्या बाबतीत माघार घेतल्यानंतर मात्र डॅडींनी ठरवून टाकले की, आता कपड्याच्या बाबतीतले धोरण सैल करायचे नाही. पण अर्न, ॲन यांनी पेहरावात एकदम फरक न करता हळूहळू डॅडींना सवलती द्यायला लावले. ॲनने शाळेच्या कँटीनमध्ये नोकरी धरली व पैसे वाचवून त्यातून सिल्कचे पायमोजे, आखूड स्कर्ट आणि आत घालण्याचे पातळ कापडाचे कपडे विकत आणले. हॉलमध्ये आल्यावर, पुडके सोडून त्यातले कपडे बाहेर काढत ती म्हणाली, ''हे कपडे मी यापुढं वापरणार आहे. घरी मला हे कपडे घालण्याची बंदी केली तर मी हे बरोबर नेईन व शाळेत गेल्यावर घालीन. पण ते जुनाट पायघोळ झगे यापुढं मुळीच वापरणार नाही.''

''नाही, नाही. हे कपडे मी तुला मुळीच वापरू देणार नाही.'' डॅडी ओरडले, ''मुकाट्यानं जा आणि ते परत नेऊन दे दुकानात. मला या कपड्याकडं नुसतं पाहावतसुद्धा नाही. मग अशा कपड्यात तुला पाहणं दूरच राहिलं.''

ॲनच्या नव्या कपड्यातला एक पातळ अंडरवेअर हातात उंच धरत डॅडींनी विचारले, ''आजकालच्या स्त्रिया हे असले कपडे आत घालतात? शी! शी! मग तरुण बिघडले आहेत त्यात आश्चर्य नाही काही. ते काही असो. या सर्व वस्तू तू आधी परत कर.''

''हे सर्व कपडे मी माझ्या पैशातून आणले आहेत आणि मी ते वापरणार आहे. वर्गातल्या सर्व मुलींपेक्षा वेगळं, बावळटासारखं नाही दिसायचं मला. हसतात मग सगळी.'' ॲन फुरंगटून म्हणाली.

''तुझ्या वर्गातल्या सर्व मुली हे असले पातळ, घालून न घातल्यासारखे कपडे पेहेरून शाळेत येतात हे खरंच वाटत नाही मला. तुझ्या आईवडिलांसारखे समंजस, शहाणे आईवडील आणखी कुणाला असतीलच की?''

''पण डॅडी, आतले कपडे बाहेर थोडेच दिसतात? मग ते कसेही असले तरी काय बिघडतं? तुम्हाला ते एवढे का आवडत नाहीत हेच समजत नाही मला.'' ॲन म्हणाली.

''आतले कपडे बाहेर दिसत नाहीत हे कळतंय मला. पण या पातळ कपड्यांमुळे जे दिसतं त्याला माझा आक्षेप आहे.'' डॅडींनी ॲनचे सिल्कचे मोजे

उचलून त्यात आपला हात खुपसत म्हटले. मोजातून डॅडींचा हात स्पष्टपणे दिसत होता.

"हे असले पारदर्शक मोजे घालून पाय दाखवत हिंडण्यापेक्षा ॲन, तू मोजे न घालताच का जात नाहीस? आणि या पायमोजांवर उत्तर दिशा दाखवणारे बाण कसले आहेत? कसली दिशा दाखवत आहेत ते?" डॅडी.

"असं हो काय करता, डॅडी? त्यातले दोषच तेवढे हुडकून काढायचं ठरवलं आहे का तुम्ही? आम्ही जर अति साधेपणानं राहू लागलो, वागू लागलो तर इथंच जन्मभर कुंवारणी राहण्याची वेळ येईल." ॲनने म्हटले.

"वाह्यात होण्यापेक्षा कुंवारणी होऊन राहिलेलं चालेल मला. मला वाटतं, आता असल्या कपड्यानंतर पुढची पायरी म्हणजे तुम्हाला थोबाडं रंगवायची इच्छा होईल."

"आजकाल त्याला थोबाड रंगवणं म्हणत नाहीत डॅडी. (रंगभूषा) 'मेकअप' करणं म्हणतात." - अर्नने डॅडींची चूक सुधारली.

"त्याला काहीही म्हणू देत आजकाल, पण माझ्या घरातल्या एकाही मुलीनं अशी रंगरंगोटी करता कामा नये. एकवेळ तुमचे ते रेशमी पायमोजे आणि पातळ अंडरवेअर्स चालतील, पण हे मुळीच चालणार नाही. आधीच बजावून ठेवतोय. कळलं ना?" डॅडी ओरडले.

"बरं, डॅडी."

"तसंच उंच टाचांचे बूट आणि पायांच्या बोटांची नखं रंगवलेली पण मला आवडणार नाही. उंच बुटामुळे पाय मुरगळला, लचकला तर डॉक्टरांची बिलं मी मुळीच भरणार नाही—" डॅडींनी बजावले.

फार ताणले तर तुटेल हे ध्यानात घेऊन अर्न व ॲन गप्प बसल्या. एकदा डॅडींना आखूड कपडे व रेशमी मोजे यांची सवय झाली म्हणजे मग 'मेकअप' व उंच टाचांच्या बुटांचा प्रश्न काढायला हरकत नाही असे त्या दोघींनी ठरवले.

काही दिवसांनी मुलींनी फेस पावडर लावू देण्यासाठी मम्मीला गळ घातली. पण मम्मीने ते मानले नाही. "मी आणि माझ्या बहिणींनी फेस पावडरचा कध्धी उपयोग केला नाही म्हणून आमचं कुठं काही अडलं का? पावडर न लावलेला चेहराच नैसर्गिक आणि छान वाटतो आणि उंच टाचांचे बूटसुद्धा प्रकृतीला चांगले नाहीत. थकवा कसा टाळावा, कार्यक्षमता कशी वाढवावी या विषयावर तुमचे वडील जगभर भाषणं देत फिरणार आणि तुम्ही उंच टाचांचे बूट घालून, तोल सांभाळून चालण्यात सगळी शक्ती वाया घालवणार?" मम्मी म्हणाली.

रंगभूषेच्या बाबतीत मात्र डॅडी जागरूक राहिले होते. एकदा अर्नेस्टाइन खेळून

आली. साहजिकच श्रमाने तिचा चेहरा आरक्त दिसत होता. डॅडींना वाटले, तिने गालांना रुज व ओठांना लिपस्टिक लावली आहे. ते रागाने म्हणाले, "अर्न, आधी इकडं ये, मी चेहरे रंगवायचे नाहीत अशी दिलेली ताकीद तू विसरलीस का? आजकाल या घरात मला किंमतच उरलेली नाही. माझं कुणीही ऐकत नाही. मला वाटतं, आजकालच्या पुळचट तरुणांसारखा मी केसाला पोमेड चोपडून, फ्लॅनेलची पँट घालून नखरे केले तरच माझ्या घरातली मुलं मला मानणार—"

"पण डॅडी, मी चेहऱ्याला काहीसुद्धा लावलेलं नाही." अर्न.

"अस्सं काय? तुला काय वाटतं, मला एवढंही समजत नाही? मी बजावून सांगतोय तुम्हाला, माझं ऐकलं नाहीत तर मी सरळ तुम्हाला कॉन्व्हेंटमध्ये नेऊन घालीन—" डॅडी रागावून म्हणाले.

"कोणत्या कॉन्व्हेंटमध्ये घालणार, डॅडी? दहा फूट उंचीची भिंत असलेल्या की बारा फूट उंच भिंतीवाल्या?" अर्नने मिस्कीलपणे विचारले.

"जादा शहाणपणा दाखवू नकोस," असे म्हणत डॅडींनी खिशातून रुमाल काढला व तो ओला करून त्याने अर्नचे गाल पुसून पाहिले. रुमालावर रंगाचे (रुजच्या) डाग नव्हते.

"अच्छा! म्हणजे तू गालाला रुज लावले नाहीस तर. माफ कर हं संशय घेतल्याबद्दल." डॅडींनी लगेच दिलगिरी प्रदर्शित केली व म्हणाले, "पण परत सांगतोय, रुज लावलेलं मला मुळीच चालणार नाही."

आपले घ्राणेंद्रिय फार तल्लख आहे व आपण वीसपंचवीस माणसांच्या घोळक्यातून अत्तर लावलेली व्यक्ती वेगळी शोधून काढू असा डॅडींना अभिमान होता.

एके दिवशी ते घरात शिरल्याबरोबर म्हणाले, "अर्न, घरात जो वास पसरलाय त्याबद्दल तुझे का आभार मानायचे?"

"कसला वास म्हणताय तुम्ही, डॅडी?"

"मला बनवायला पाहू नको, अर्नेस्टाइन! आता तुम्ही अत्तरं वापरायला सुरुवात केलेली दिसते आहे."

"पण अत्तरं लावली तर काय बिघडतं? उलट इतरांनाही त्याचा सुगंध तर येतो."

"अत्तरांनी काय बिघडतं? अत्तरांनी शुद्ध हवा बिघडते. आता सरळ स्नानगृहात जा आणि ते अत्तर धुऊन काढ. अत्तरं लावणाऱ्या स्त्रियांविषयी पुरुषांना काय वाटतं माहीत आहे का तुला?"

"पुरुषांना काय वाटतं ते माहीत नाही. पण एका पुरुषाला काय वाटतं ते मात्र आत्ता कळलं—" अर्नने तक्रारीच्या सुरात म्हटले.

''मला नुसतं वाटत नाही तर नक्की माहीत आहे आणि म्हणूनच सांगतोय की, आधी जा आणि ते अत्तर धुऊन टाक.''

कपडे आणि पेहराव या विषयावर डॅडीत आणि आमच्यात कायम संघर्ष होताच. त्यात भर म्हणून आता 'जाझ' या विषयावर संघर्ष सुरू झाला. 'रेडिओ' ही वस्तू अजून फारशी उपद्रवी नव्हती, पण 'जाझ' संगीताच्या रेकॉर्डस खूप प्रचलित होत्या. त्या आम्हाला विकत घ्यायच्या होत्या.

फ्रेंच, जर्मन, इटालियन भाषा शिकण्याकरता डॅडींनी बरेच ग्रामोफोन्स आणलेले होते. या भाषांच्या तबकड्या ऐकण्याकडे आमचे दुर्लक्ष झालेले अजूनही डॅडींना चालत नव्हतेच. पण योग्य तेवढा वेळ भाषेच्या तबकड्या ऐकल्यानंतर आम्ही संगीताच्या रेकॉर्डस लावू लागलो. हळूहळू या रेकॉर्डस नुसत्या ऐकत न राहता आम्ही त्याबरोबर गायला लागलो आणि जमिनीवरचे गालिचे गुंडाळून ठेवून त्या गाण्याबरोबर नृत्यही करू लागलो.

'जाझ' संगीताबद्दल डॅडींचा फारसा आक्षेप नव्हता. उलट, त्यातल्या काही गाण्यांच्या चाली व सुरावट डॅडींना आवडतही होती. फक्त त्यांची तक्रार एवढीच होती की, आम्ही या संगीतावर फार वेळ खर्चतो. ते घरातून फिरत असताना मुलामुलींच्या खोल्याखोल्यांतून अशाच गाण्यांचे सूर कानावर पडले की, डॅडी वैतागून जात.

'डा, दा, दा, डी, दा, दी' मुद्दाम चमत्कारिक आवाज काढत ते ओरडायचे, ''हे काय संगीत म्हणायचं? ही खुळचट गाणी पाठ करण्यात वेळ घालवता. याच्या अर्ध्या वेळात 'कुराण'सुद्धा पाठ झालं असतं तुमचं—''

एके दिवशी ॲन शाळेतून आली ती अगदी खूश होऊन. तिला एका तरुणाने नृत्याचे आमंत्रण दिले होते. हे तिला मिळालेले पहिलेच आमंत्रण होते.

''म्हटलं नव्हतं मी की, इतर मुलींसारखे कपडे मी वापरायला लागले की, मुलांत लोकप्रिय होईन असं?'' ॲन खुशीत येऊन म्हणाली, ''ज्यो स्केलनं मला पुढच्या शुक्रवारी रात्री नृत्याचं आमंत्रण दिलं आहे.''

''छान झालं हं!'' मम्मी.

''ठीक. पण तो मुलगा चांगला आहे ना?'' डॅडींनी शंका बोलून दाखविली.

''नुसता चांगला नाही तर 'गाणी सांगणारा पुढारी' आहे. त्याच्यापाशी मोटार पण आहे.'' ॲनने माहिती दिली.

''वा! म्हणजे फारच चांगल्या शिफारशी आहेत म्हणायच्या! मला तर वाटतं, आजकाल एखाद्या मुलाकडं अद्ययावत फॅशनचा कोट असला तरी तेवढ्यानं तो मुलगा लोकप्रिय होईल.''

डॅडींचे खवचट विधान ॲनच्या लक्षातही आले नाही. ती म्हणाली, ''तो

शिवणार आहे डॅडी, रॅकूनचा कोट पुढच्या वर्षी. तो पास झाला तर असा कोट देण्याचं त्याच्या वडिलांनी कबूल केलं आहे.''

''हो का? बरं झालं. माझ्या मनावरचं एक मोठं ओझं दूर झालं. आजकाल एखादा मुलगा ठेचकाळत कसाबसा एखादी परीक्षा पास झाला तर त्याला रॅकूनचा कोट मिळतो. पूर्वीच्या काळी पहिल्या वर्गात पास होणाऱ्या मुलांना त्यांचे वडील फार फार तर एखादं सोनेरी घड्याळ बक्षीस देत. खरोखर हे जग चाललंय कुठं हेच समजेनासं झालं आहे! अच्छा! तर तुला शुक्रवारी रात्री नृत्याला जायचं आहे म्हणतेस?'' डॅडींनी आपल्या खिशातली रोजनिशी काढून पाहत म्हटले. ''ठीक आहे. जमेल मला.''

एकदम चमकून ॲनने विचारले, ''काय जमेल तुम्हाला?''

''तुझ्याबरोबर नृत्याला येणं! तुला काय वाटलं, तुझ्या त्या गाणं सांगणाऱ्या पुढाऱ्याबरोबर रात्री मी तुला एकटीला पाठवेन?'' डॅडींनी विचारले.

''असं हो काय डॅडी? तुम्ही सगळा कार्यक्रम बिघडवून टाकता! तुम्ही मला सोबत म्हणून आला तर ज्योला काय वाटेल?'' ॲनने काकुळतीने म्हटले.

''तुझ्या त्या ज्योला वाटेल की तू एक सभ्य, विचारी मुलगी आहेस आणि तुझ्या आईवडिलांनी तुला चांगली रीत लावली आहे. त्याच्या आईलासुद्धा मी तुझ्याबरोबर जाणार आहे हे ऐकून आनंद वाटेल.'' डॅडी.

''तुमचा स्वत:च्या मुलीवरसुद्धा विश्वास नाही?''

''अर्थात आहे. तू फार चांगली मुलगी आहेस हे आम्हाला माहीत आहे. तूच काय पण आमच्या सर्वच मुली चांगल्या आहेत. आमचा तुझ्यावर जरूर विश्वास आहे. पण तुझ्या त्या गाणी सांगणाऱ्या पुढाऱ्यावर नाही. आता तूच काय ते ठरव. तुला त्याच्याबरोबर जायचं असलं तर मी सोबत येणारच. मी यायला नको असेन तर तुलाही जाता येणार नाही-'' डॅडींनी निर्धाराने सांगितले.

डॅडी आपल्याला सहजासहजी परवानगी देणार नाहीत हे ॲन ओळखून होती. आपल्याबरोबर कुणीतरी सोबत असणार याची अपेक्षा तिला होतीच.

''मी ज्योच्या आईला फोन करून परिस्थिती समजावून सांगू का?'' मम्मीने विचारले.

''नको. मीच सांगेन त्याला की, दोघांत तिसरं माणूस आलं की, अडगळ होते हे न समजणारी माणसं अजून जगात आहेत. आता त्याला काय वाटेल कोण जाणे!'' ॲन उद्वेगाने म्हणाली.

''ॲनबरोबरच आणखी एका माणसाच्या खाण्यापिण्याचा खर्च आपल्याला करावा लागणार हे पाहून फीट येईल तुझ्या मित्राला.'' डॅडी मिस्कीलपणे बोलले.

''त्याची कार आणायला सांगू का की आपल्या गाडीतून जायचं?'' ॲनने

रुसक्या स्वरात विचारले.

"त्याच्या गाडीतून?" डॅडी हसत म्हणाले. "मी त्याची गाडी पाहिली नाही. पण कल्पना येते करता. गाडीला दार नाही, वरचं टप नाही. फेंडर्स नाहीत अशी असणार ती आणि वर चित्रविचित्र मजकूरही लिहून ठेवलेला असेल त्यावर. असल्या गाडीतून मी प्राण गेला तरी जाणार नाही. आपण आपल्या खुळाबाईतून जाऊ."

"नकटं व्हावं पण मोठं होऊ नये कधी. आज फक्त एका नृत्याला जाताना मला केवढा त्रास होतोय. पण उद्या अर्न, मार्था, लिलियन, जेन यांना सहजपणे सवलती मिळतील. अशा सवलती मिळविण्यासाठी मला किती मनस्ताप झाला याची कल्पनाही येणार नाही त्यांना—" ॲन हताशपणे म्हणाली.

ज्योबरोबर ॲन जाणार होती त्या रात्री आम्ही त्याची वाट पाहत खिडक्याखिडक्यांतून उभे होतो. असा गाणी सांगणारा पुढारी रोजरोज थोडाच आमच्या घरी येणार होता?

डॅडींनी कल्पना केली होती तशीच होती त्याची गाडी. गाडीच्या तीन बाजूंना विचित्र मजकूर लिहिलेला होता. गाडीचे इंजीन सुरू झाले की, त्यातून निघणाऱ्या हवेमुळे कर्णा वाजत राहील अशी त्याची रचना होती, त्यामुळे तो प्रत्यक्ष आमच्या घरापाशी येण्याआधीपासून त्याच्या गाडीचा हॉर्न वाजतच राहिला होता. गाडी साधारण वेगाने चालली म्हणजे कर्णा किंचाळल्यासारखा वाजायचा. गाडी खूप वेगात चालली म्हणजे तर माणूस बहिरे किंवा वेडे होईल असा कर्कश कर्णा वाजायचा.

ज्योची गाडी आमच्या घराजवळ आली मोठमोठ्याने कर्णा वाजवत, तेव्हा शेजारपाजारच्या घरांच्या खिडक्यांतून डोकी बाहेर आली. कुत्री पायांत शेपट्या घालून जंगलाकडे धावत सुटली आणि लहान मुले घाबरून रडायला लागली.

एवढ्या गोंधळ-गोंगाटानंतर मिस्टर ज्यो स्केल्सनी आपल्या आगमनाची वेगळी वर्दी देण्याची काहीच गरज नव्हती. पण त्या काळात शिष्टाचाराचे महत्त्व फार असल्याने ज्योने ते तंतोतंत पाळले. त्याने इंजीन बंद केल्याबरोबर तो कानठळ्या बसवणारा आवाज बंद झाला. मग ज्योने, ॲन बाहेर येईपर्यंत हाताने कर्ण्याचा फुगा दाबला.

ॲनने दारात येऊन म्हटले, "आत ये ना, ज्यो!"

"ठीक. तुझे जन्मदाते झाले का तयार?" त्याने विचारले.

डॅडी आपल्या ऑफिसमधल्या खिडकीच्या पडद्याआडून पाहत होते. ते मम्मीकडे वळून म्हणाले, "लीली, जरा इकडं येऊन तर पाहा. जेमतेम आपल्या ॲनच्या खांद्याला लागेल..."

ज्योने काळ्या व नारिंगी पट्ट्यापट्ट्यांचा सूट घातला होता. गळ्याला इलॅस्टिक

बो लावलेला आणि डोक्यावर पुढच्या बाजूस चिमटलेली हॅट.

"तू, मी आणि तुझा म्हातारा नृत्याला जाणार आहोत. लक्षात आहे ना?" त्याने विचारले.

डॅडी आपल्या खोलीत मम्मीला म्हणाले, "लक्षात आहे तर! ती काय एवढी विसरभोळी आहे? आणि मी म्हातारा काय रे चोरा? (परत बोल मग दाखवेन तुला-)"

"शू! मोठ्यानं बोलू नका ना. त्याला ऐकायला जाईल." खिडकीजवळ येत मम्मीने म्हटले, "बरा दिसतोय."

"बराऽ? हूं!" हेटाळणीपूर्वक डॅडी बोलले, "एखादा खुजा पिग्मी उंच बांबूजवळ उभा राहिल्यासारखा दिसतोय आणि ती त्याची गाडी तर बघ—"

"मरेना. त्याच्या गाडीशी तुम्हाला काय करायचंय! तुम्ही आपल्याच गाडीतून तर जाणार आहा ना?" मम्मीने म्हटले.

"हे पाहा, लीली! तू आणि ॲन त्याला जरा बोलण्यात गुंतवा. तोपर्यंत आपल्या गाडीचे बाजूचे पडदे सोडून ठेवतो. हे असलं ब्लेझर सुटामधलं ध्यान गाडीतून दाखवत कसा नेऊ? लोकांना वाटायचं हा माझा मुलगाच आहे."

डॅडी गाडी बाहेर काढण्यासाठी पाठीमागच्या अंगणात गेले. मम्मी या पाहुण्याशी बोलण्याकरता दिवाणखान्यात गेली. ती दिवाणखान्यात शिरली तेव्हा ज्यो, फ्रॅंक व बिल यांना 'बो' कसा लावायचा ते दाखवीत होता.

"याचं नाव 'विल्यम टेल बो टाय.'" त्यानं 'बो' गळ्यापासून दूर खेचला व सोडून दिला. त्याबरोबर तो परत गळ्याशी जाऊन फिट बसला.

फ्रॅंक आणि बिलवर ज्योची चांगली छाप पडलेली दिसत होती. मम्मी आत शिरली तेव्हा ज्यो कोचावर बसला होता. किंचित उठल्यासारखे करून त्याने आपली हॅट क्षणभर वर उचलली. हॅटखाली मधोमध भांग पाडलेले तुकतुकीत केस दिसले.

"तुम्ही गाणी सांगणारे पुढारी आहात ना? आम्हाला सांगाल गाणी? आम्ही म्हणू तुमच्या पाठोपाठ. ॲन, अर्नने आम्हाला पुष्कळ गाणी शिकवली आहेत." बिलने विनंती केली.

"हो! न म्हणायला काय झालं? जरूर म्हणेन—" ज्यो एकदम उठून उभा राहत म्हणाला. आपल्या दोन्ही हातांचे पंजे ओठासमोर धरून त्याने गायला सुरुवात केली. त्याचा कर्कश आवाज ऐकून मम्मीच्या अंगावर शहारे आले.

"हं. म्हणा माझ्या पाठोपाठ जोरात. हू, रा. रे, अँड ए टायगर फॉर मॉंटक्लेअर, हाय हू, रा. रे,"

ज्यो एका गुडघ्यावर खाली बसला व हवेत एक हात फिरवून आम्हाला

गाण्याचे मार्गदर्शन करू लागला. त्याने परत एकदा किंचाळून 'हू, रा. रे.' म्हटले. एवढ्यात डॅडी दिवाणखान्यात शिरले.

मम्मीपाशी वळून ते हळूच म्हणाले, "आपली खुळी गाडी सुरू नाही होत. आता काय करायचं?"

"त्याच्या गाडीतून जा—" मम्मीने सुचवले.

"त्या सतत कर्णा वाजणाऱ्या खुळ्यासारख्या गाडीतून?"

"मग टॅक्सी बोलवा—"

"लीली, त्याच्याकडं बघ तर खरी. आपल्या ॲनच्या खांद्यालासुद्धा नाही लागत, हे पुळचट ध्यान कसलं गैरवर्तन करणार? एका फटक्यात ॲन लोळवेल त्याला."

मग डॅडी ज्योपाशी जाऊन म्हणाले, "मी तुमच्याबरोबर नाही आलो तर चालेल ना?"

"चालेल चालेल." ॲनने उत्तर दिले. ज्योला तर आपला आनंद लपवता येईना.

"चल लवकर, ॲन! आपल्याला उशीर होईल." तो घाईघाईने बोलला.

"ॲन" डॅडी ॲनला म्हणाले, "तू मला बरोबर बारा वाजता घरी यायला हवी आहेस. मी इथं तुझी वाट पाहत बसणार आहे. एक मिनिट जरी उशीर झाला तरी मी तिथं तुला शोधायला येईन. समजलं ना?"

"हो. समजलं!" - ॲन.

"चल, चल ॲन." आपली हॅट किंचित वर उचलून परत टेकवत ज्यो म्हणाला.

त्याच्या गाडीचा कानठळ्या बसवणारा आवाज हळूहळू कमी होत दूर गेला.

एकदा ॲन पार्टीला जाऊन आल्यावर तिला वरचेवर आमंत्रणे येऊ लागली. पाठोपाठ अर्न आणि मार्था पण नृत्याला व पार्टीला जाऊ लागल्या. धंद्याच्या कामातून फुरसत मिळे तेव्हा डॅडी त्यांना सोबत म्हणून जात. ज्यो स्केल्स बावळट होता. त्याच्यावर फारसे लक्ष किंवा नजर ठेवण्याच्या योग्यतेचा नव्हता, पण मुलींचे इतर मित्र, कुणी फुटबॉल खेळाडू, तर कुणी आणखी काही खेळणारे- यांच्यावर मात्र विश्वास टाकून चालणार नव्हते.

मग डॅडींना वेळ नसला तर ते फ्रँक किंवा बिल यांना सोबत म्हणून पाठवत.

"डॅडी, पण तुम्ही आम्हाला सोबत करता हेच मुळात बरं दिसत नाही. त्यातून फ्रँक किंवा बिल यांनी आमची पाठ धरून फिरणं फारच वाईट दिसतं. इतक्या परीनं, असला पहारा सोसून, मुलं आम्हाला का बोलावतात देव जाणे!" अर्न कुरकुरली.

"देव कशाला? मी जाणतो, मुलं तुम्हाला का बोलावतात ते आणि म्हणूनच मी हे पाठीराखे पाठवतो तुमच्याबरोबर. खरं सांगतो. तुमच्या या मित्रांनी आमंत्रण देणं थांबवलं तर फार बरं होईल—" डॅडींनी उत्तर दिले.

ॲन, अर्न यांना भाऊ बरोबर नेणे पसंत नव्हते. तसे बिल आणि फ्रँक यांनाही ही पाठराखण आवडत नव्हती.

"कशाला पाठवता डॅडी आम्हाला त्यांच्यासोबत? मला तर गाडीत ठेवलेल्या जादा चाकासारखं वाटतं—"

"नेमकं तेच करायला पाठवतो मी." डॅडी.

ॲन आणि अर्न यांनी मम्मीजवळ गाऱ्हाणे नेऊन पाहिले, पण नेहमीप्रमाणे मम्मीने डॅडींची बाजू घेऊन म्हटले,

"इतर आई-बाप आपल्या मुलामुलींना सैल सोडतात म्हणून आम्हीही बेजबाबदारपणानं वागायचं?"

डॅडी मुलांच्या सोबत नृत्याच्या कार्यक्रमांना जात तेव्हा, ऑर्केस्ट्रापासून लांब कुठेतरी आपल्या कामाचे कागदपत्र घेऊन एकटेच बसत. आपण त्यांच्याकडे लक्ष दिले नाही म्हणजे आपसूकच ते यायचे थांबतील या विचाराने प्रथम सर्वजण त्यांच्याकडे दुर्लक्ष करत. असे काही महिने गेल्यानंतर लोकांनी गृहीत धरले की हे गृहस्थ कायम इथे असणारच. मग तरुण मुलेमुली त्यांच्यापाशी जाऊन बोलायला लागली. त्यांना चहा किंवा खाण्याचे पदार्थ देऊ लागली.

हळूहळू डॅडी त्यांना आवडायला लागले. कारण डॅडी चारचौघांत फार मनमिळाऊपणाने व गोडीने वागत.

एकदा ॲनने अर्नला म्हटले, "अर्न, तुझ्या लक्षात आलंय का? अगं, डॅडी किती लोकप्रिय झाले आहेत? मला तर वाटतं. हळूहळू मुलं आपल्यापेक्षा त्यांच्याच भोवती घोटाळायला लागणार. कठीण आहे आपलं!"

"वेडे, कठीण नाही, उलट सोपं होईल आपलं काम. खरं म्हणजे मम्मीला सोडून इतका वेळ इथं येऊन बसणं डॅडींना मुळीच आवडत नाही. नाइलाजानं येतात ते. आपल्याशी मैत्री करू पाहणारी मुलं सज्जन आहेत व त्यांना डॅडीही आवडतात, हे एकदा डॅडींच्या लक्षात आलं की, डॅडी आपल्याबरोबर येणं सोडून देतील—" अर्नने सांगितले.

थोड्याच दिवसांत मुलींच्या बरोबर जाणे डॅडींनी खरोखरच सोडून दिले. ते म्हणाले, "खूप झालं तुमच्या मागोमाग हिंडणं. हव्या तिथं जा आणि हवं ते करा. तुम्ही जाणे आणि तुमचं नशीब जाणे!"

"पण डॅडी, तुम्ही पाहता या मुलांना नेहमी. खरं सांगा, ती असभ्य, दुर्वर्तनी वाटतात तुम्हाला? किती चांगली आहेत बिचारी!" ॲनने म्हटले.

"मला कसं कळणार ती सद्वर्तनी आहेत की दुर्वर्तनी ते? काही झालं तरी माझ्यासमोर ती चांगलीच वागणार. पण माझं म्हणणं वेगळंच आहे. तुमच्या या सर्व मित्रमंडळींनी मला एक निरुपद्रवी म्हातारा ठरवलंय. ही मुलं अगदी

मित्रत्वाच्या नात्यानं माझ्या पाठीवर थापा काय मारतात, कुणी गालगुच्चे घेतात. मुली तर आपल्याबरोबर नृत्य करायचं आमंत्रणही देतात. असं स्वस्त होणं, स्वत:ची किंमत कमी करून घेणं मला पसंत नाही. ही असली कटकट तुमच्या हितासाठी मी सोसायची; त्यापेक्षा लीली, आपल्याला मुलगेच झाले असते तर बरं झालं असतं!''

मुलींच्या सोबत जाण्याचे एकदा डॅडींनी सोडल्यावर मुलींच्या मित्रमंडळींशी त्यांचा फक्त फोनपुरता संबंध उरला.

''एका कर्कश आवाजाच्या मूर्खाला तुझ्या अर्नेस्टाइन या मुलीशी बोलायचंय. बोलव तिला खाली.'' ते मम्मीला म्हणत.

''एक दिवस आता हा टेलिफोन काढून टाकायची वेळ येणार आहे. या वेडपट मुलांना गावात इतर मुली भेटत नाहीत का, आपल्या मुलींच्यामागं लागतात ते?'' डॅडी चिडून म्हणत.

फ्रँक, बिल, लिलियन ही मंडळी अजून माध्यमिक शाळेत होती. हायस्कूलमधल्या मुलांचे आपल्या बहिणींकडे येणेजाणे त्यांना बिलकूल पसंत नव्हते. कारण आजकाल या तीन बहिणींचा सहवास त्यांच्या वाट्याला येतच नव्हता. घरगुती खेळ, वार्षिक मेळावे, नाटिका इत्यादी कार्यक्रमांत या तिघी पहिल्यासारख्या भाग घेत नव्हत्या, त्यांची मने आता असल्या गोष्टीत रमत नव्हती.

ॲनला तर एवढ्यात एक मागणीही आली होती. ज्यो स्केलने तिला विवाहाबद्दल विचारले होते. ती दोघे त्यावेळी पोर्चमधल्या झोपाळ्यावर बसली होती. पोर्चच्या आतल्या बाजूस दिवाणखान्यात असलेली बिल व लिलियन त्यांचा हा संवाद ऐकत होती. फ्रँकही तेथेच होता.

ॲनने त्याच्या प्रस्तावाला नकार देत म्हटले, ''माझ्या मनात हा विचार कधीच आला नाही. मी तर तुला भाऊ मानते—''

''फार छान!'' फ्रँक बिलच्या कानात कुजबुजला, ''म्हणजे हा आचरट मुलगा आणि आपण, तिला सारख्याच योग्यतेचे वाटतो?''

ज्योने म्हटले, ''ॲन, पहिल्या भेटीपासून तू मला ओढ लावली आहेस. आता नको दूर लोटू—''

''पण मी तुला होकार तरी कसा देऊ? काय करू मी?''

दिवाणखान्याच्या दुसऱ्या बाजूस डॅडींचे ऑफिस होते. तेही हा संवाद ऐकत होते. ते तिथूनच म्हणाले, ''काय करू काय? दे ढकलून त्याला खड्ड्यात. मूर्ख साला!''

ॲन, अर्न, मार्था या बहिणींचा सहवास आता आपल्या वाट्याला येत नाहीय याचे दुःख मोठ्या मुलांप्रमाणे छोट्या फ्रेड, डॅन, जॅक, बॉब यांनाही वाटायचे. पण

ती मुले त्यामुळे माघार न घेता, मोठ्या बहिणी आपल्या मित्रांशी बोलत बसलेल्या असताना दहावेळा तिथे जायची. त्यांना क्षणाचाही एकांत मिळू द्यायची नाहीत.

शेवटी एके दिवशी जाम वैतागून ॲन मम्मीला म्हणाली,

"आताशी कुठल्याही मित्राला घरी बोलावयाची काही सोय राहिली नाही. या चौघांच्या बाबतीत काहीतरी कडक धोरण ठरवायला हवं आहे—"

"का? ती काय करतात तुला?" मम्मीने विचारले.

"काय करतात? काय करत नाहीत ते विचार. पोर्चमध्ये बसा, झोपाळ्यावर बसा, खोलीत बसा, बागेत फिरा, ही तिथं हजर आहेतच—"

"मग काय करावं म्हणतेस तू ॲन?"

"कुत्र्याला बांधतात तसल्या साखळ्या आणून सर्वांना बांधून ठेव."

एके दिवशी तर ॲन फारच चिडली. रडकुंडीला येऊन ती मम्मीला म्हणाली, "जरा कुणी रंगात येऊन बोलायला लागलं की, ही माकडं हजर होतात."

"बेबी, तुझ्या मित्रांनी फार रंगात आणि लाडात येऊन बोलू नये अशीच आमची इच्छा आहे." डॅडीही मधेच बोलले.

त्यांच्याकडे दुर्लक्ष करून ॲन पुढे म्हणाली, "घटकाभर काही शांतपणे बोलू देत नाहीत. सारखं 'ॲन, माझं बटण लावून दे. ॲन माझं बटण खोलून दे. मला कपडे बदलायचे आहेत,' असं चालू असतं. मम्मी, तुला सांगून ठेवते, तू या बाबतीत लक्ष घालून या मुलांना आवरलं नाहीस, तर तुझ्या सगळ्या मुली बेगमा होऊन कायम इथंच राहतील—"

"ठीक आहे. पुढच्या वेळी तुझे कोणी मित्र येतील, तेव्हा या मुलांना साखळदंडांनं बांधून ठेवते. काय किंमत पडेल चार साखळ्यांना?" मम्मीने विचारले.

फ्रँक, बिल, लिलियन असा धुडगूस घालत नसत. पण दुसऱ्या तऱ्हेने सतावत.

एखाद्या मुलाचा फोन आला की बिल विचारायचा, "तुम्हाला मार्थाशी बोलायचं आहे का? नक्की तुमचा काही घोटाळा तर होत नाही आहे ना? कारण मला तीन तरुण बहिणी आहेत म्हणून विचारतो. जिच्या चेहऱ्यावर पुटकुळ्या आहेत त्या मार्थाशीच बोलायचं आहे म्हणता? थांबा हं. मार्था, ए मार्था!" मुलाला ऐकू येईल अशा आवाजात बिल तिला हाक मारून सांगायचा, "किती मज्जा! तुला बघ एका मुलाचा फोन आला आहे. ये लवकर—"

असे त्याने म्हटले की मार्था रागाने त्याच्या हातातून रिसीव्हर काढून घेऊन म्हणे, "आधी चालता हो इथून, मूर्ख कुठला!" आणि लगेच आवाज बदलून गोड, लाघवी स्वरात बोलायची त्या मुलाशी.

अर्नेस्टाइनचा एक अगदी लाजाळू मित्र होता. एक वर्षभर तो तिच्याकडे येत

असे. पण आपले प्रेम व्यक्त करण्याचे काही त्याला धाडस होत नव्हते. त्याने आपला एक छानसा फोटो काढवून घेतला आणि त्याच्याखाली एक संदेश लिहून तो फोटो पोस्टाने अर्नला पाठवला. अर्नने तो पाहिला व हळूच लपवून ठेवला. पण काहीतरी धुंडाळत असताना फ्रँक, बिल, लिलियन यांना तो सापडला. त्यांनी मग फोटोखालचा संदेश पाठ केला, त्याला एक चाल लावली आणि त्याचे गाणे बनवले.

त्यानंतर जेव्हा तो लाजरा तरुण अर्नला भेटायला आला तेव्हा ही तिघेही मुले आतून मोठ्या आवाजात ते गाणे म्हणू लागली. त्याबरोबर तो तरुण मुलगा आणखीनच लाजला. अर्न मात्र चिडली आणि कोपऱ्यातली एक काठी उचलून या तिघांना मारायला धावली.

साधारणपणे संध्याकाळच्या वेळी केव्हाही दारावरची घंटा वाजली की, फ्रँक आणि बिल दार उघडायला धावत. आलेली व्यक्ती मुलींना भेटायला आलेली असली तर ही दोघे त्या व्यक्तीची इतकी कसून तपासणी करत की, आलेल्याला चमत्कारिक व अवघड वाटावे. ही दोघे त्या मुलाची पँट, शर्ट, बूट, टाय यवर त्याच्यादेखतच भाष्य करत. त्याला उलटसुलट प्रश्न विचारत. एकदा तर फ्रँकने खिशातली घडीची फूटपट्टी काढून आलेल्या तरुणाच्या पँटची रुंदीसुद्धा मोजली होती.

अर्नेस्टाइनच्या मागे एक मोटारसायकलवाला तरुण लागला होता. शनिवार, रविवारखेरीज इतर वारी डॅडी या तिघींच्या मित्रांना घरी येऊ देत नसत. मग अर्न दृष्टीस पडावी म्हणून तो आमच्या घरावरून कितीतरी चकरा मारायचा.

एका रात्री आपली मोटारसायकल आमच्या घराच्या पलीकडे एक-दोन फर्लांगावर त्याने उभी केली. मग हळूच चालत येऊन तो कंपाउंडात शिरला आणि अर्नेस्टाइनच्या खोलीसमोरच्या चेरीच्या झाडावर चढून बसला. त्याच्या सुदैवाने डॅडी त्या दिवशी कामानिमित्त बाहेरगावी गेले होते.

अर्नेस्टाइन आपला गृहपाठ करत बसली होती. खिडकीतून आपल्याकडे कुणी पाहत आहे असे तिला का कोण जाणे, वाटले आणि मग तिच्या ध्यानात आले की बराच वेळ झाला, आपण मोटारसायकलचा आवाज ऐकलेला नाही. तिला संशय आला.

ती एका अंधाऱ्या खोलीत गेली व तिने खिडकीतून बाहेर पाहिले. चंद्रप्रकाशात एक व्यक्ती चेरीच्या झाडावर बसलेली तिला दिसली. तिला फार संताप आला.

ती तशीच ॲनच्या खोलीत गेली व सर्व प्रकार तिला सांगून म्हणाली, "नशीब माझं! अगं, कपडे उतरवण्याच्या बेतात होते मी. बाप रे! काय भयंकर दृश्य दिसलं असतं त्याला?"

"त्याला जे दिसलं असतं त्यामुळे तो तोल सुटून खाली कोसळला असता. तू त्याला पाहिलं आहेस हे त्याला कळलं आहे का?" ॲनने विचारले.

"मला वाटतं कळलं नसावं—"

"थांब, तो अजून तिथंच आहे का पाहू. मला एक छान कल्पना सुचली आहे."

त्या दोघींनी पाहिले. तो अजूनही झाडावरच होता. मग ॲनने मार्था, फ्रँक, बिल, लिलियन यांना गोळा केले व सांगितले, आपल्या चेरीच्या झाडावर तो मोटारसायकलवाला बसला आहे. त्याला आपण धडा शिकवायचा आहे, पण मम्मीला यातलं काही कळता उपयोगी नाही. अर्न, तू आपल्या खोलीत परत जा. केस विंचर, बूट काढ, पायमोजे काढ, कपड्याच्या बटणाशी चाळे कर, काही कर पण आणखी थोडा वेळ त्याला झाडावरच खिळवून ठेव. चला रे तुम्ही माझ्याबरोबर."

मग आम्ही खाली गेलो. कोठीच्या खोलीतून चिंध्या घेऊन त्या एका काठीला गुंडाळल्या. जुनी वर्तमानपत्रे, पुठ्ठ्याचे खोके वगैरे रद्दी घेतली. ॲनने हातातल्या काठीवर रॉकेल ओतून ते पेटवले व आम्ही सर्वजण चेरीच्या झाडाकडे निघालो.

मोटारसायकलवाला अर्नकडे पाहण्यात इतका रंगला होता की, आम्ही आलेले त्याने पाहिलेच नाही. आम्ही अगदी झाडाजवळ गेलो तेव्हा त्याचे लक्ष गेले. आम्ही सर्वांनी खोके, वर्तमानपत्रे, जुन्या वह्या यांचा ढीग झाडाच्या बुंध्यापाशी केला.

"अरे देवा!" घाबरून तो ओरडला, "मला जिवंत जाळायचा तुमचा विचार आहे का काय?"

"अर्थात! तीच लायकी आहे तुझी. देवाची प्रार्थना वगैरे येत असेल तर म्हणून टाक—"

"कृपा करा" तो गयावया करून म्हणाला, "मी काही वाईट हेतूनं आलो नव्हतो. केवळ पोरकटपणामुळे असा वागलो. मी हळूच उतरून मुकाट्यानं निघून जातो. मला क्षमा करा—"

"तुला खाली उतरू द्यायचं आणि ही हकिकत साऱ्या गावाला सांगू द्यायची? शक्य नाही. गिलब्रेथ कुटुंबाचा असा अपमान आम्ही मुळीच सहन करणार नाही—" मार्था म्हणाली.

"तू जिवंत सुटलास तर गावभर आपली मर्दुमकी सांगत सुटशील." फ्रँक बोलला.

अर्नेस्टाइनने वरून डोके खिडकीबाहेर काढून म्हटले, "पकडला का? अगं ॲन, तू सांगितल्याप्रमाणं बटणाशी चाळे करून करून बोटाची त्वचा सोलल्यासारखी झाली. बरं पण मोटारसायकलवालाच आहे का?"

“तोच! दुसरा कोण असणार?” ॲनने उत्तर दिले.

“ए, मी खाली येईपर्यंत त्याचं दहन करू नका हं! मला पण ती मौज पाहायची आहे—”

झाडावरचा तरुण विनवण्या करत होता. अधूनमधून शिव्याशापही देत होता.

“हा मुलगा द्वाड आहे असं मला प्रथमपासूनच वाटत होतं. माझ्यामागे फार तरुण नाही आहेत, पण जे आहेत त्यांतला बळी द्यायला हा चांगला आहे—” अर्न बोलली.

“बरोबर आहे तुझं म्हणणं. हा द्वाड तर आहेच पण रड्याराघोजीही आहे.” मार्थाने आपले मत सांगितले.

आमचा एवढा गलबला ऐकल्यावर मम्मीने खिडकी उघडून बाहेर डोकावले व म्हटले, “रात्रीच्या वेळी बागेत काय चाललं आहे तुमचं? आणि ती मशाल कशाला पेटवली आहे? आधी विझवून टाक पाहू ती—”

“काही नाही, मम्मी! आम्ही आपल्या चेरीच्या झाडावर एक चोर पकडला आहे. त्याला खाली आणायचा प्रयत्न करतो आहो—” अर्नने खुलासा केला.

“ते झाड तुमच्या डॅडींचं फार आवडतं आहे. ते झाड जाळू नका. तुम्ही सर्वजण घरात या म्हणजे तो मुकाटपणे खाली उतरून निघून जाईल—” मम्मीने सांगितले.

“अगं, आम्ही काही खरोखरची आग लावणार नव्हतो त्या झाडाला. फक्त ते भित्र कसं भिऊन गयावया करतं ते आम्हाला पाहायचं होतं.” अर्न खिदळत बोलली.

“अर्न, मला असं बोललेलं आवडत नाही. अगोदर तुम्ही सर्वजण घरात या. झोपायची वेळ झाली आहे. त्या मुलालासुद्धा झोप आणि शांतता मिळण्याचा अधिकार आहे. खूप झालं, त्याला घाबरवलंत ते—” मम्मी खिडकीपासून दूर होत म्हणाली.

“चल, खाली ये रे उंदरा!” अर्नने सांगितले.

“आज डॅडी असते ना, तर असं लोकांच्या खोलीत डोकावणाऱ्याचे त्यांनी डोळेच फोडले असते—” बिल बोलला.

“खरंच! आपल्याला कसं नाही हे सुचलं?”

“अजून काय झालंय? आणू टाचणी किंवा पिन?” बिलने तत्परतेने विचारले.

“नको! आता ती वेळ गेली. आणखी एखाद्या रात्री तो आला तर मग पाहू. जा आता झोपायला—” ॲनने सर्वांना सांगितलं.

डॅडींना बरेच वर्षांपासून हृद्‌रोग होता. पण त्याची आम्हाला कल्पना नव्हती. आता मात्र ते फार दिवस काढणार नाहीत, अशी डॉ. बर्टनने त्यांना सूचना दिली

होती. बजावले होते.

डॅडी हल्ली वाळले होते. जवळजवळ पंचवीस वर्षांत प्रथमच त्यांचे वजन दोनशे पौंडांखाली आले होते. ते स्वत:च आपली चेष्टा करून म्हणत, "स्वत:ची पावलं स्वत:ला दिसण्यात केवढी मजा असते, नाही?"

हल्ली त्यांचा चेहरा विवर्ण झाला होता. हात थरथरत. मोठ्या मुलांबरोबर बेसबॉल खेळता खेळता किंवा गालिच्यावर पडून छोट्या जेन, बॉबबरोबर कुस्ती खेळता खेळता ते मधेच थांबत व म्हणत, "पुरे आता. थकलो मी." त्यांच्या चालण्यातही पूर्वीचा जोम नव्हता. पावले ओढल्यासारखी पडत.

आम्हाला वाटत होते की, ते आता साठीला आले आहेत आणि वार्धक्याकडे झुकल्यामुळे ते असे वागतात. ते एवढ्यात जातील असे आम्हाला मुळीच वाटले नव्हते.

बॉब आणि जेन यांच्या जन्माआधीपासून त्यांना आपले हृदय कमकुवत झाले आहे हे माहीत होते. त्यांची व मम्मीची या विषयावर चर्चा झाली होती व तिला कदाचित वैधव्य सोसावे लागेल याची डॅडींनी कल्पना दिली होती.

आमचे बरेचसे शिक्षण घरी करवून घेण्यामागे त्यांचा असा कयास होता की, कदाचित यांचे शिक्षण पुरे होईपर्यंत आपण जगणार नाही. आमच्या घरातील कौटुंबिक मंडळ, वेगवेगळ्या समित्या, कामाचे वाटप यांचा उद्देशही आपल्या पश्चात घर नीट चालावे हा होता. मोठ्या भावंडांनी लहानांची जबाबदारी घेण्याचे वळण म्हणूनच लावले होते. आपण गेल्यावर मम्मीवर बारा अपत्यांचा भार पडू नये यासाठी ते आम्हाला शिक्षण देत होते.

"बिछान्यात पडून राहून अगदी पूर्ण विश्रांती घ्याल तर साधारणपणे वर्ष काढाल. नाहीतर सहा महिन्यांत केव्हाही मृत्यू घाला घालील." डॉ. बर्टनने त्यांना सांगितले.

"हे पाहा बर्टन, उगाच मला घाबरवू नको. गेली तीन वर्षे डॉक्टर लोक मला हे सांगत आले आहेत. मी काडीचा विश्वास ठेवत नाही त्यावर. कारण एकतर अजून मी म्हातारा झालो नाही आणि दुसरं म्हणजे आता मी खूप कामात आहे. मला मरायला मुळीच वेळ नाही."

"होतास तस्साच आहेस अजून!" डॉ. बर्टन.

"मग? मला मरायचा धाक घालतोस? तुझ्या दफनाला मी हजर राहणार आहे चर्चमध्ये. तुला अर्थात त्यावेळी समजणार नाही म्हणा–" डॅडींनी बर्टनना चिडवले. पण घरी आल्याबरोबर बोस्टनच्या मेंदूतज्ज्ञ कु. कन्हानला लगेच पत्र लिहिले—

प्रिय डॉ. कन्हान,

मला जेव्हा मृत्यू येईल तेव्हा माझा मेंदू, हॉर्वर्ड विद्यापीठात मेंदूवर प्रयोग चालले आहेत तेथे द्यावा. हे काम तुम्ही करावं अशी माझी इच्छा आहे. माझ्या मेंदूसाठी तुम्हाला काचेची बरणी तयार ठेवावी लागेल म्हणून माझ्या डोक्याचं माप पाठवत आहे. माझ्या हॅटचं माप आहे. हे पत्र मी लिहितो आहे याचा अर्थ मी लगेच मरायला निघालो आहे असा नाही. या पत्राची एक नक्कल माझी पत्नी लीली हिच्या नजरेस सहज पडेल अशी ठेवत आहे. म्हणजे ती तुमच्याशी संपर्क साधेल. यापुढच्या आपल्या भेटीत तुम्ही माझ्या मेंदूकडं पाहून हसू नये अशी इच्छा आहे.''

एकदा हे पत्र पाठवल्यानंतर डॅडींनी मृत्यूचे विचार मनातून झटकून टाकले.

जागतिक पॉवर परिषद व आंतरराष्ट्रीय व्यवस्थापन परिषद थोड्याच दिवसांत इंग्लंड व झेकोस्लोव्हाकियात भरणार होत्या. त्या दोन्ही परिषदांत भाषण करण्यासाठी डॅडींना आमंत्रण आले होते व त्यांनी ते स्वीकारलेही होते. महायुद्धानंतर उद्योगधंद्याची खूप वाढ झाली होती. या वाढत्या धंद्यात 'गती व हालचाली' यांच्या शास्त्रोक्त अभ्यासावर खूप भर देण्यात येणार होता. आजकाल डॅडी व मम्मी यांच्याकडे खूप कारखानदार सल्ला विचारण्यासाठी येत असत. अनेक कारखान्यांतून वेळ वाचवण्याच्या, कामगारांचे श्रम व थकवा कमी करण्याच्या व त्याच वेळी कारखान्यांचे उत्पादन वाढवण्याच्या योजना शिकवत डॅडी हिंडत होते.

इंग्लंड व झेकोस्लोव्हाकियाच्या परिषदांत भाषण करण्यासाठी निघण्याच्या अगोदर तीनच दिवस १४ जून १९२४ ला त्यांना मृत्यू आला.

डॅडी आमच्या घरून एक मैलावर असलेल्या लॅक्वाना स्टेशनवर चालतच गेले. तिथून ते गाडीने न्यूयॉर्कला जाणार होते. गाडी सुटायला काही मिनिटांचा अवधी होता. तेवढ्यात त्यांनी स्टेशनवरच्या सार्वजनिक फोनवरून मम्मीला फोन केला—

''हे पाहा, आत्ता इथं येता येता मला एक कल्पना सुचली आहे. लिव्हर ब्रदर्स साबणाचा चुरा वेष्टणात गुंडाळतात, त्यातला वेळ वाचवता येईल. तुला माझी कल्पना कशी काय वाटते ते पाहा.''

यानंतर थाडकन आवाज आला व फोन बंद झाला. मम्मीने विचारल्यावर पलीकडून ऑपरेटरने सांगितले,

''ज्यांनी तुम्हाला फोन केला होता त्यांनी तो बंद केला आहे.''

आमची सर्वांत छोटी बहीण जेन त्यावेळी दोन वर्षांची होती व सर्वांत मोठी ॲन शेवटच्या परीक्षेला बसणार होती.

ती शनिवारची सकाळ होती. छोटी भावंडे कंपाउंडात खेळत होती. खरेदी

समितीवरची मुले बाजारात खरेदी करण्याकरता गेली होती. मग आम्हा सर्व भावंडांना गोळा करण्याकरता आमचे शेजारी आपल्या मोटारी घेऊन निघाले.

"तुमच्या मम्मीनं तुम्हाला घरी बोलावलं आहे. चला, बसा लवकर मोटारीत." त्यांनी सांगितले.

घरापाशी आल्यावर अपघात म्हणजे मृत्यू हे आम्ही ओळखले. आमच्या घरापाशी १५-२० मोटारी उभ्या होत्या. मम्मीला तर काही झाले नाही? शंका आली. पण लगेच आठवले. मम्मीने घरी बोलावले आहे असे शेजारी म्हणाले होते. मग डॅडी असतील? छे! डॅडींना अपघात होणे शक्य नाही. कुणीतरी सायकलवरून पडून मोटारीखाली चेंगरले असेल? हे अगदी शक्य होते. कारण आमच्या सगळ्याच बहिणी सायकली फार जोरात चालवत. बिलही तसाच होता.

मोटारीतून उड्या मारून आम्ही घराकडे धावत सुटलो. पायरीवर जॅक बसला होता. "आपले डॅडी वारले," त्याने हुंदके देत सांगितले.

डॅडी म्हणजे आमच्या आयुष्यातला एक फार महत्त्वाचा भाग होते. आज तो महत्त्वाचा भागच मृत्यू पावला.

लोकांनी डॅडींना लष्करी पोशाख चढवला. आम्ही सर्वांनी शवपेटीजवळ जाऊन त्यांचे दर्शन घेतले.

त्यांचे डोळे मिटलेले होते. चेहऱ्याचे स्नायू सैल पडले होते, त्यामुळे चेहऱ्यावरचे नेहमीचे हास्य लोपले होते. त्यांनी मृत्यूशी जोराची झुंज दिली असावी असे वाटत होते.

डॅडींनी हॉर्वर्डच्या मेंदूतज्ज्ञाला लिहिलेल्या पत्राची नक्कल मम्मीला मिळाली, त्याप्रमाणे त्यांचा मेंदू हॉर्वर्डला पाठवण्याची व्यवस्था करण्यात आली. त्यानंतर त्यांच्या इच्छेप्रमाणे मम्मीने त्यांची रक्षा अटलांटिक महासागरात विसर्जित केली.

डॅडी गेल्यानंतर मम्मीत एकदम फरक पडला. तिच्या दिसण्यात, बोलण्यात, वागण्यात- सर्वांतच. तिच्या विवाहापूर्वी तिचे सगळे निर्णय तिचे वडीलच घेत. विवाहानंतर तिचे निर्णय डॅडी घेऊ लागले. आपल्याला बारा मुले हवीत हे डॅडींचेच म्हणणे होते. आपण कार्यक्षमता वाढवण्याचे तज्ज्ञ व्हायचे डॅडींनीच ठरवले होते. त्यांनी शिंप्याचा किंवा टोपल्या विणण्याचा धंदा करू या असे म्हटले असते तरी मम्मीने त्यांना तितक्याच आनंदाने साथ दिली असती.

डॅडी होते तोवर मम्मी घाबरट होती. जोरदार मोटार चालवण्याची, रात्री एकट्याने बाहेर जाण्याची, विमानाची तिला भीती वाटे. बाहेर जोरात गडगडायला लागले की ती अगदी आतल्या खोलीत धावत जाऊन, कानात बोटे घालून उभी राहायची. जेवत असताना काही रागवारागवी झाली की, तिला रडू यायचे व ती सरळ टेबलाजवळून उठून जायची. तशी ती सभांमधून भाषणे करायची पण मनातून

फार धास्तावलेली असे.

डॅडी गेल्याबरोबर तिच्या वृत्तीत फरक पडला. त्या दिवसानंतर आम्ही तिला कधी रडताना पाहिले नाही. सर्वांत वाईट गोष्ट तर घडून गेली होती. मग आता कशासाठी घाबरायचे, रडायचे?

डॅडी गेल्यानंतर दोन दिवसांनी मम्मीने कौटुंबिक मंडळाची बैठक घेतली. आज अध्यक्षांच्या खुर्चीवर मम्मी बसली होती. जवळच बर्फाच्या पाण्याचे भले मोठे काचपत्र ठेवले होते. त्यातले पाणी पिऊन तिने बोलण्यास सुरुवात केली.

डॅडींनी काही शिल्लक मागे ठेवली नव्हती. मम्मीच्या आईने फोन करून आम्हा सर्वांना कॅलिफोर्नियाला बोलाविले होते.

ॲनने मधेच म्हटले, ''मी आता शिक्षण सोडून नोकरी करते—''

डॅडी जायच्या आदल्याच दिवशी अर्नेस्टाइन हायस्कूलची शेवटची परीक्षा पास झाली होती. तिनेही आपल्याला कॉलेजात जायचे नसल्याचे सांगितले.

''आधी माझं बोलणं पुरतं ऐकून घ्या—'' मम्मी म्हणाली. आज आम्हाला तिच्या बोलण्यात निर्धार जाणवत होता.

''या सर्वांवर एक पर्याय आहे. पण तुम्ही आपली जबाबदारी कितपत पेलू शकता यावर तो अवलंबून आहे. त्यासाठी तुम्हाला त्यागही करायला लागणार आहे. तेव्हा काय तो विचार करून निर्णय घ्या.

''तुमच्या वडिलांचा धंदा मी पुढं चालवू शकेन. इथलं घरातलं ऑफिस आपण चालू ठेवू. हे घरही ठेवू. स्वयंपाक्याला मात्र रजा द्यायला हवी.''

''आणि टॉम? त्यालाही काढायचं मम्मी? नको, नको. त्याला नको काढायला. तो राहू दे आणि आपण त्याला काढलं तरी तो जाणार नाही.''

''टॉमला नाही काढायचं! पण मोटार विकायला हवी आणि यापुढं अगदी साधेपणानं राहायला हवं. म्हणजे ॲनला शिक्षण पुरं करता येईल. तुम्ही सर्वांनी कॉलेजचं शिक्षण घ्यावं अशी तुमच्या वडिलांची इच्छा होती ते माहीत आहे ना तुम्हाला? मग सांभाळाल ना घर, मी येईपर्यंत?''

''तू येईपर्यंत? म्हणजे तू कुठं जाणार आहेस?'' आम्ही विचारले.

''तुम्ही इथलं सर्व सांभाळायचं कबूल कराल तर तुमच्या डॅडींच्या जागी मी उद्याच्या बोटीनं इंग्लंडला व झेकोस्लोव्हाकियाला जाईन. तिकिटं काढलेली आहेतच. जी भाषणं डॅडी करणार होते, ते मी करेन. मी असंच केलेलं व वागलेलं तुमच्या डॅडींना आवडलं असतं. पण तुम्ही सर्वजण 'हो' म्हणाल तरच मी जाणार आहे.''

आम्ही अर्थातच होकार दिला.

अर्नेस्टाइन आणि मार्था मम्मीच्या प्रवासाची तयारी करायला वरती गेल्या. रात्रीच्या जेवणाची व्यवस्था करायला ॲन स्वयंपाकघरात गेली. जुन्या मोटारी

विकण्याचा धंदा करणाऱ्या गृहस्थाला भेटण्यासाठी बिल आणि फ्रँक गावात गेले.

"त्यांना आपली मोटार ओढत नेण्याची व्यवस्था करायला सांगा हं. कारण आपली खुळाबाई डॅडींशिवाय कुणी चालवू शकणार नाही." लिलियनने त्या दोघांना सुचवले. एकदा कुणीतरी डॅडींना विचारले होते, "प्रत्येक गोष्टीत वेळ वाचवून या वेळाचं करायचं तरी काय?"

"त्या वेळात आणखी काम करायचं, शिक्षण घ्यायचं, कलानिर्मिती करायची, मौज करायची आणि तुमचं मन त्यातच गुंतलं असेल तर एक पेग घ्यायचा." डॅडींनी मिस्कीलपणे सांगितले होते.

◆